NÁTIÐ LISTINA AÐ BÚA TIL KVIKMYNDIR

Uppgötvaðu listina að búa til ómótstæðilegan Pogba heima

Jóhann Sveinsson

Höfundarréttur Efni ©202 3

Allt Réttindi Frátekið .

Nei hluta af þetta bók má vera notað eða send inn Einhver formi eða af Einhver þýðir án the almennilegur skrifað samþykki af the útgefanda og höfundarréttur eigandi, nema fyrir stutt tilvitnanir notað inn a endurskoðun. Þetta bók ætti ekki vera talið a staðgengill fyrir læknisfræðilegt, löglegt, eða annað faglegur ráðh.

EFNISYFIRLIT

EFNISYFIRLIT 3
INNGANGUR 6
POGBA BOLAR 7
   1. Bologna Pogba bollar 8
   2. Hash Brown Pogba bollar 10
   3. Muffuletta Pogba bollar 12
   4. Kryddaðir mexíkóskir Pogba bollar 14
   5. Spínat Tofu Pogba bollar 16
   6. Kreppa Pogba bollar 18
   7. Laukur Kedar Mini Pogba bollar 21
MÍN POGBAS 23
   8. Mini Pogba Lorraine 24
   9. Lítill grænmetisæta 26
   10. Lítil reyktur laxaskítur 28
   11. Mini spínat og feta Pogbas 30
   12. Lítil sveppir og svissneskir tóftir 32
   13. Lítill spergilkál og Kedar Pogbas 34
   14. Lítil sólþurrkaðir tómatar og basilíkur 36
   15. Lítill aspas og parmesan Pogbas 38
   16. Lítið beikon og svissneskir Pogbas 40
   17. Lítil sveppa- og spínatbollur 42
   18. Mini skinku og Kedar tíst 44
   19. Mini blaðlaukur og Gruy Pogbas 46
   20. Lítil pylsa og rauð pipar 48
   21. Lítil spínatog beikonskökur 50
KJÖT-POGBA 52
   22. Harðkjarna Kjötæta Pogba 53
   23. OstborgaraPogba 55
   24. Beikon, pylsuog sveppakaffi 57
   25. Beikon og Kedar Pogba 59
   26. Bisquick og Beikon Pogba 61
   27. Cornflake Skorpulaga Breakfast Pogba 63
   28. Afbyggt Pogba Beikon Lorraine 65
   29. Skinkubollur 67
   30. Spínat og beikon Pogba 69
   31. Skörpulaus Þriggja Kjöt Pogba 71

32. Hlauka- og sveppakaffi 73
33. Sólþurrkaðir tómatar og beikon Pogba 75
34. Skinku og aspasPogba 77
35. Morgunverður Pogba með spergilkál og skinku 79
36. Brennt leiðsögn og prosciutto Pogba 81

GRÆNTÆMA POGBA 84

37. Bragðmikið spínatPogba 85
38. Vorgrænmetis Pogba 87
39. Grillaður haustgrænmetisPogba 89
40. Spergilkál og feta Pogba 92
41. Tófú og spergilkál Pogba 94
42. Aspas & gráðosta tera 96
43. Ristað Heirloom Tómatur Pogba 99
44. Hallgrímur Pro Pogba 102
45. Epli kanil Pogba 104
46. Tómatar og basilika Pogba 106
47. Lion's Mane Pogba 108
48. Kúrbítur og Pepper Jack Pogba 110
49. Spínat- og sveppaPogba 112
50. Grillað grænmeti og Gruyere Pogba 114
51. Brennt leiðsögn og aspas Pogba 116

FISK- OG SJÁVARÚTUR POGBA 119

52. Lax og sólþurrkaðir tómatar Pogba 120
53. Krabbi Pogba 123
54. Rækju- og krabbakökur 126
55. Urriða-, blaðlauks- og sveppa Pogba 129
56. Fiskur Pogba 132
57. Mannlegur Pogba 135
58. Laxa Pogba 137
59. Túnfiskur og spergilkál 139

LIÐKJÆNAPOGBA 141

60. Kjúklinga- og spínat Pogba 142
61. Kjúklinga-, spergilkáls- og osta Pogba 144
62. Kjúklingasveppa Pogba 146
63. Kalkúna- og hrísgrjóna Pogba 148
64. Önd Egg Pogba 150

KORSTULAUS POGBA 152

65. Kartöflu Saffran Pogba 153
66. Kúrbítblóma Pogba 155

67. Svissneskur Kolbeinn og Quinoa Pogba 157
68. HvítlauksPogba með feta og Kolbeinn 159
69. Radísu og geitaostaPogba 161
70. Aspas og beikon Pogba 163
71. Sólþurrkaðir tómatar og fetaostur 165
72. Sparkökuog tómatkökur 167
73. Lítil Pogba muffins 169
74. Mannlegur og spínat Pogba 171
75. Kartöfluog laukkökur 173
76. Krabbi, maís og pipar 175
77. Ravioli and Veggie Pogba 177
78. Sólþurrkaðir tómatar og skinku 179
79. Sólþurrkaðir tómatar og sveppir Pogba 181
80. Ricotta og spínat Pogba 183
81. Matti and Ostur Breakfast Pogba 185
82. Chorizo, Kjötbollur og Moringa Pogba 187
83. Beikon og kartöflu Pogba 189
84. Tómat og basilíku Pogba 191
85. Skinku og osta Pogba 193

Ávextir POGBA 195

86. Jarðarberja- og rjómaosta Pogba 196
87. Bláberja- og sítrónu Pogba 198
88. Ferskju- og möndlukaffi 200
89. Hindberja- og hvítsúkkulaði Pogba 202
90. Epli og kanill Pogba 204
91. Banana og Nutella Pogba 206
92. Kirsuberja- og möndlu Pogba 208
93. Mangó og kókosbollur 210
94. Brómber og Lavender Pogba 212
95. Ananas og makadamíuhnetu Pogba 214
96. Fíkjuog hunangskvísa 216
97. Kíví og Lime Pogba 218
98. Vatnsmelóna og feta Pogba 220
99. Pera og Gorgonzola Pogba 222
100. Ástríðu og kókosbollur 224

NIÐURSTAÐA 226

KYNNING

Verið velkomin í Að ná tökum Á Listinni Að Skapa Pogbas, matreiðsluferð sem gerir þér kleift að búa til stórkostlegar kökur í þægindum í þínu eigin eldhúsi. Pogba, með sína flögulaga skorpu og ríkulega, rjómalaga fyllingu, hefur verið ástsæll bragðmiklar og sætur réttur í kynslóðir. Þessi bók er hlið þín að því að verða Pogba meistari, fær um að búa til mikið úrval af þessum unaðslegu kræsingum.

Ferðalag okkar saman mun ná yfir sögu, tækni og sköpunargáfu sem felst í kökugerð. Hvort sem þú ert vanur heimakokkur eða nýgræðingur í heimi kökunnar, þá er þessi bók leiðarvísir þinn til að skilja listina og vísindin á bak við þessa bragðmiklu og ánægjulegu sköpun. Með skref-fyrir-skref leiðbeiningum, ráðleggingum sérfræðinga og safn af fjölbreyttum kökuuppskriftum, muntu öðlast það sjálfstraust og færni sem þarf til að búa til kökur sem eru ekki bara ljúffengar heldur einnig sannkallað matargerðarlist.

Svo skulum við leggja af stað í þetta bragðmikla ævintýri saman og uppgötva gleðina við að búa til ómótstæðilegar kökur sem munu láta fjölskyldu þína og vini þrá meira.

POGBA BIKLAR

1. Bologna Pogba bollar

HRÁEFNI:
- 12 sneiðar bologna
- 2 egg
- ½ bolli kexblöndu
- ½ bolli rifinn skarpur ostur
- ¼ bolli sætt súrum gúrkum
- 1 bolli Mjólk

LEIÐBEININGAR:
a) Setjið bologna sneiðar í létt smurðar muffinsform til að mynda bolla.
b) Blandið hinum hráefnunum saman. Hellið í bologna bolla.
c) Bakið við (400F) í 20-25 mínútur eða þar til gullið.

2. Hash Brown Pogba bollar

HRÁEFNI:
FYRIR HASH BROWN CRUST:
- 1 stórt egg
- ¼ teskeið salt
- ⅛ teskeið pipar
- 2 bollar frosnar rifnar hassbrúnar kartöflur, þiðnar
- ¼ bolli rifinn Asiago ostur

FYRIR FYLLINGU:
- 3 stór egg
- 1 msk saxaður ferskur graslaukur
- ⅓ bolli rifinn Colby-Monterey Jack ostur
- ⅓ bolli ferskt barnaspínat, þunnt sneið
- 2 beikonstrimlar, soðnar og muldar

LEIÐBEININGAR:
a) Forhitaðu ofninn þinn í 400°F (200°C) og smyrjið 8 muffinsbolla.

b) Í skál, þeytið stóra eggið, saltið og piparinn þar til það hefur blandast vel saman. Hrærið þíða rifnum hassbrúnu kartöflum og rifnum Asiago osti saman við.

c) Til að mynda skorpurnar, þrýstið um það bil ¼ bolla af kartöflublöndunni á botninn og upp á hliðar hvers tilbúna muffinsbollanna.

d) Bakið kartöfluskorpurnar þar til þær verða ljósgulbrúnar, sem ætti að taka um 14-17 mínútur.

e) Á meðan skorpurnar eru að bakast, undirbúið Pogba fyllinguna. Í lítilli skál, þeytið saman 3 stóru eggin og hakkað ferskan graslauk þar til það er vel blandað saman. Hrærið rifnum Colby-Monterey Jack ostinum og þunnt sneiðum fersku barnaspínati saman við.

f) Þegar kartöfluskorpurnar eru tilbúnar skaltu fjarlægja þær úr ofninum og lækka ofnhitann í 350°F (175°C).

g) Hellið tilbúnu Pogbafyllingunni með skeið í kartöfluskorpurnar og toppið hverja með mulið beikoni.

h) Bakið Pogba bollana í 350°F (175°C) ofni í um það bil 6-8 mínútur eða þar til hnífur sem stungið er í miðjuna kemur hreinn út.

i) Berið fram Hash Brown Pogba bollana þína á meðan þeir eru hlýir og njóttu!

3. Muffuletta Pogba bollar

HRÁEFNI:
- 1 dós (8 oz) kældar Pillsbury™ Original Crescent Rounds (8 talning) eða 1 dós (8 oz) kældar Pillsbury™ Original Crescent Rolls (8 Count)
- 3 matskeiðar fínt skorin skinka
- 3 matskeiðar fínt skorið salami
- 2 matskeiðar smátt saxaðar pimiento-fylltar grænar ólífur
- ½ tsk oregano lauf
- 2 egg
- 2 matskeiðar hálf og hálf
- ⅛ teskeið rauð piparsósa
- 1 bolli rifinn provolone ostur (4 oz)
- 2 tsk söxuð fersk ítalsk (flatblaða) steinselja

LEIÐBEININGAR:
a) Forhitið ofninn í 375°F (190°C). Sprautaðu 8 muffinsbollum í venjulegri stærð (2 ¾x1 ¼ tommur) með Crisco® Original No-Stick matreiðsluúða.

b) Ef þú notar hálfmána umferðir, taktu þá úr pakkanum og skiptu þeim í 8 umferðir. Ef þú notar hálfmánarúllur skaltu taka þær úr pakkanum, en ekki rúlla þeim upp.

c) Notaðu sertaðan hníf til að skera rúlluna í 8 umferðir og aðskilið síðan umferðirnar varlega. Þrýstu 1 umferð á botninn og alveg upp á hlið hvers muffinsbolla.

d) Í lítilli skál, blandaðu fínt hægelduðum skinku, salami, söxuðum ólífum og oregano.

e) Í annarri lítilli skál, þeytið eggin, hálfa og hálfa og rauða piparsósu með gaffli þar til það er vel blandað saman.

f) Setjið um 1 matskeið af osti í hvern muffinsbolla. Toppið hvern með um 1 hringlaga matskeið af skinkublöndunni.

g) Skiptið eggjablöndunni jafnt á milli muffinsbollanna (um 1 matskeið hver). Endið með lagi af ostinum sem eftir er.

h) Bakið í 12 til 16 mínútur eða þar til fyllingin hefur stífnað og brúnir rúllanna eru gullbrúnir.

i) Leyfðu Pogba bollunum að kólna á pönnunni í 5 mínútur. Keyrðu hníf í kringum brúnina á hverri köku til að losa hann og fjarlægðu þá á kæligrind.

j) Skreytið Pogba bollana með saxaðri ferskri ítölskri steinselju og berið þær fram volga. Njóttu Muffuletta Pogba bollanna þinna!

4. Kryddaðir mexíkóskir Pogba bollar

HRÁEFNI:
- ½ pund heit ítalsk pylsa í magni
- ½ bolli rifinn Kedar ostur (2 oz)
- ½ bolli rifinn mozzarellaostur (2 oz)
- ½ bolli saxaður jalapeño chiles, fræ fjarlægð ef vill
- 6 egg
- 6 matskeiðar chunky salsa
- 1 kassi (14,1 oz) kældar Pillsbury™ tertuskorpur, mýktar

LEIÐBEININGAR:

a) Hitaðu ofninn þinn í 425°F (220°C). Í 8 tommu pönnu, eldið pylsuna við meðalhita, hrærið oft þar til hún er brún og ekki lengur bleik. Tæmdu soðnu pylsuna og settu hana til hliðar til að kólna.

b) Blandið í meðalstórri skál bæði rifnum Kedar- og mozzarellaostum saman við söxuð jalapeño chiles. Hrærið kældu soðnu pylsunni saman við.

c) Í annarri meðalstórri skál, þeytið eggin vandlega með gaffli. Hrærið salsa út í.

d) Fjarlægðu bökuskorpurnar úr pokanum og settu þær flatt á vinnuborðið þitt. Notaðu kökukefli til að rúlla hverri skorpu í 12 tommu hring. Notaðu 3 ½ tommu hringlaga skeri, skerðu 22 umferðir úr skorpunum, rúllaðu afgangi aftur eftir þörfum. Þrýstið hverri umferð í ósmurðan muffinsbolla eða rifið tarteletupönnu.

e) Skeið 1 hrúgaðri matskeið af ostablöndunni í hvern skorpufóðraðan bolla. Toppið hvern með um 1 matskeið af eggjablöndunni. Skiptið eggjablöndunni sem eftir er á milli bollanna.

f) Bakið í forhituðum ofni í 14 til 18 mínútur eða þar til fyllingin hefur stífnað.

g) Ef vill, skreytið með fersku kóríander. Berið fram krydduðu mexíkósku Pogba bollana þína heita.

5. Spínat Tofu Pogba bollar

HRÁEFNI:
- 1 pakki (454 g) af vegan phyllo sætabrauði
- 3 matskeiðar brætt vegan smjör
- 1 pakki af extra þéttu tofu
- 1 meðalstór laukur, saxaður
- 2 matskeiðar ólífuolía
- 3 bollar ferskt hakkað spínat (um það bil 1 bolli soðið)
- ½ tsk túrmerikduft
- ½ tsk malaður svartur pipar
- ½ tsk svart salt
- 1 matskeið tamari
- 1 matskeið vatn

LEIÐBEININGAR:

a) Ýttu á tófúið þitt til að kreista út eins mikið vatn og mögulegt er svo það geti tekið í sig kryddið. Þú getur notað diskadúka, ostaklúta eða pappírsþurrkur til að vefja tófúið, þrýstu síðan á milli tveggja flatra flöta með því að nota eitthvað þungt eins og kennslubók eða dósir ofan á. Látið þrýsta á það í að minnsta kosti 30 mínútur.

b) Búðu til phyllo bolla með því að skera phyllo sætabrauðið í um það bil 2,5 "x 2,5" ferninga. Notaðu sætabrauðsbursta til að húða að innan í litlu bollakökuformum.

c) Búðu til bolla með því að pensla þunnt lag af bræddu vegan smjöri á milli 3 laga af filodeigi og þrýsta þeim í tilbúin bollakökuform. Bakið við 350°F (175°C) í um það bil 5-10 mínútur þar til brúnirnar eru ljósbrúnar og stökkar. Takið úr ofninum og látið þær kólna.

d) Á meðan, til að undirbúa fyllinguna, þeytið saman túrmerik, svörtum pipar, svörtu salti, tamari og vatni í lítilli skál þar til það hefur blandast vel saman.

e) Á pönnu við meðalhita, eldið hakkað laukinn með ólífuolíu þar til hann verður hálfgagnsær.

f) Í matvinnsluvél, blandaðu extra stífu tofu, soðnum lauk og túrmerikblöndu þar til þau eru vel sameinuð. Þú gætir þurft að skafa niður hliðarnar nokkrum sinnum. Flyttu þessa blöndu í blöndunarskál.

g) Bætið fersku söxuðu spínatinu á pönnuna og eldið þar til það visnar. Brjótið visnaða spínatið saman við tófúblönduna.

h) Notaðu litla 2-tsk ausu til að skipta blöndunni á milli 30 phyllo bolla.

i) Berið fram Spínat Tofu Pogba bollana þína strax! Njóttu!

6. Kreppa Pogba bollar

HRÁEFNI:
FYRIR KREPPA DEIGINN:
- 2 stór egg
- 1 bolli auk 2 matskeiðar 2% mjólk
- 2 matskeiðar bráðið smjör
- 1 bolli alhliða hveiti
- ⅛ teskeið salt

FYRIR FYLLINGU:
- ½ pund svínakjötspylsa í lausu
- ¼ bolli saxaður laukur
- 3 stór egg
- ½ bolli 2% mjólk
- ½ bolli majónesi
- 2 bollar (8 aura) rifinn Kedar ostur

LEIÐBEININGAR:
FYRIR KREPPA DEIGINN:
a) Í lítilli skál, þeytið 2 stór egg, 1 bolli auk 2 matskeiðar mjólk og bræddu smjöri.
b) Blandið saman alhliða hveiti og salti; bætið við eggjablönduna og blandið vel saman.
c) Lokið deiginu og kælið í 1 klst.

FYRIR FYLLINGU:
d) Eldið svínapylsuna og saxaða laukinn á lítilli pönnu við meðalhita þar til kjötið er ekki lengur bleikt. Tæmdu allri umframfitu.
e) Þeytið saman 3 stór egg, ½ bolli mjólk og majónesi í stórri skál. Hrærið soðnu pylsublöndunni og rifnum Kedarostinum saman við. Setja til hliðar.

SAMSETNING OG BASTUR:
f) Hitið létt smurða 8 tommu nonstick pönnu. Hrærið Kreppa deigið; hellið 2 matskeiðum í miðju pönnu. Lyftið og hallið pönnunni þannig að botninn verði jafn húðaður.
g) Eldið þar til toppurinn á Kreppa virðist þurr; Snúðu því síðan og eldaðu í 15-20 sekúndur til viðbótar þar til það er tilbúið. Fjarlægðu Kreppaið af pönnunni og settu það á vírgrind. Endurtaktu þetta ferli með afganginum af deiginu, smyrðu pönnuna eftir þörfum.
h) Settu Kreppas með vaxpappír eða pappírsþurrku á milli til að kólna.
i) Settu smurðar muffinsbollar með Kreppas og fylltu hverja tvo þriðju fulla með pylsu- og ostablöndunni.
j) Bakið við 350°F (175°C) í 15 mínútur.

k) Hyljið Pogba bollana lauslega með filmu og bakið í 10-15 mínútur til viðbótar eða þar til hnífur sem stungið er inn nálægt miðjunni kemur hreinn út.

7. Laukur Kedar Mini Pogba bollar

HRÁEFNI:

- 120 g balsamic edik og laukur Kedar ostur
- 3 frosnar smjördeigsplötur, afþíðaðar og skornar í fernt
- 6 egg
- 2 bitar af beikoni, gróft saxað
- 1 lítill fjólublár laukur, afhýddur og skorinn smátt
- 2 tsk ólífuolía
- ½ tsk malaður pipar
- 2 matskeiðar fersk steinselja, söxuð

LEIÐBEININGAR:

a) Forhitið ofninn þinn í 200°C (eða 180°C með blástur).
b) Þiðið sætabrauðsblöðin á hreinum vinnubekk.
c) Sprautaðu 12 holu muffinsformi vel með olíu.
d) Þeytið eggin og setjið til hliðar.
e) Skerið sætabrauðsblöðin í fjóra bita og það er allt í lagi ef þau eru ekki fullkomlega jöfn. Setjið hvern fjórðung af sætabrauðinu af handahófi í hvert muffinshol, stingið botninn með gaffli.
f) Setjið sætabrauðsbollana inn í ofn í 20 mínútur þar til þeir byrja að stökka.
g) Takið þær úr ofninum og penslið brúnirnar á sætabrauðsbollunum með þeyttum eggjum. Bætið möluðum pipar við eggin.
h) Bætið ólífuolíu út í á pönnu við meðalháan hita. Eldið beikonið og laukinn, snúið við eftir 2 mínútur, í samtals fjórar mínútur, þar til þau eru stökk og gullinbrún.
i) Bætið soðnu beikoninu og lauknum við þeyttu eggin og hellið blöndunni í hvern sætabrauðsbolla.
j) Stráið balsamikediki og laukKedar jafnt yfir hvern bolla.
k) Setjið muffinsformið inn í ofn í 15-20 mínútur eða þar til botninn á deiginu er eldaður í gegn.
l) Takið úr ofninum og látið standa í 10 mínútur.
m) Takið kökurnar varlega af pönnunni með smjörhníf og stráið saxaðri steinselju yfir áður en þær eru bornar fram.

MÍN POGBAS

8. Mini Pogba Lorraine

HRÁEFNI:
- 1 blað af bökudeigi í kæli
- 1/2 bolli sneið skinka
- 1/2 bolli rifinn Gruy ostur
- 2 stór egg
- 1/2 bolli þungur rjómi
- Salt og pipar eftir smekk

LEIÐBEININGAR:
a) Forhitaðu ofninn þinn í 375°F (190°C) og smyrjið lítið muffinsform.
b) Fletjið bökudeigið út og skerið það í litla hringi til að passa við muffinsbollana. Þrýstið deiginu í hvern bolla til að mynda litlar skorpur.
c) Í blöndunarskál, þeytið saman egg, þungan rjóma, salt og pipar.
d) Setjið lítið magn af skinku í hægeldunum og rifnum Gruy osti í hverja smáskorpu.
e) Hellið eggjablöndunni yfir skinkuna og ostinn og fyllið hvern bolla um það bil þrjá fjórðu fullan.
f) Bakið í um 15-20 mínútur eða þar til kökurnar eru orðnar stífar og létt gylltar.
g) Leyfið kökunum að kólna í nokkrar mínútur áður en þær eru teknar úr muffinsforminu. Berið fram heitt.

9. Lítil grænmetisPogbas

HRÁEFNI:
- 1 blað af bökudeigi í kæli
- 1/2 bolli niðurskorin paprika, spínat og sveppir (eða að eigin vali af grænmeti)
- 1/2 bolli rifinn Kedar ostur
- 2 stór egg
- 1/2 bolli mjólk
- Salt og pipar eftir smekk

LEIÐBEININGAR:
a)   Forhitaðu ofninn þinn í 375°F (190°C) og smyrjið lítið muffinsform.
b)   Fletjið bökudeigið út og skerið það í litla hringi til að passa við muffinsbollana. Þrýstið deiginu í hvern bolla til að mynda litlar skorpur.
c)   Þeytið saman egg, mjólk, salt og pipar í blöndunarskál.
d)   Dreifið hægelduðum grænmeti og rifnum Kedar osti jafnt á milli smáskorpanna.
e)   Hellið eggjablöndunni yfir grænmetið og ostinn, fyllið hvern bolla um það bil þrjá fjórðu fullan.
f)   Bakið í um 15-20 mínútur eða þar til kökurnar eru orðnar stífar og létt gylltar.
g)   Leyfið kökunum að kólna í nokkrar mínútur áður en þær eru teknar úr muffinsforminu. Berið fram heitt.

10. Lítil reyktur laxaPogbas

HRÁEFNI:
- 1 blað af bökudeigi í kæli
- 4 aura reyktur lax, saxaður
- 1/4 bolli niðurskorinn rauðlaukur
- 1/4 bolli rjómaostur
- 2 stór egg
- 1/4 bolli þungur rjómi
- Ferskt dill til skrauts

LEIÐBEININGAR:
a) Forhitaðu ofninn þinn í 375°F (190°C) og smyrjið lítið muffinsform.

b) Fletjið bökudeigið út og skerið það í litla hringi til að passa við muffinsbollana. Þrýstið deiginu í hvern bolla til að mynda litlar skorpur.

c) Þeytið eggin, þungan rjóma og rjómaostinn saman í blöndunarskál þar til það hefur blandast vel saman.

d) Setjið lítið magn af söxuðum reyktum laxi og sneiðum rauðlauk í hverja smáskorpu.

e) Hellið eggja- og rjómablöndunni yfir laxinn og laukinn og fyllið hvern bolla um það bil þrjá fjórðu fullan.

f) Bakið í um 15-20 mínútur eða þar til kökurnar eru orðnar stífar og létt gylltar.

g) Skreytið með fersku dilli og berið fram heitt.

11. Mini spínat og feta Pogbas

HRÁEFNI:
- 1 blað af bökudeigi í kæli
- 1 bolli ferskt spínat, saxað
- 1/2 bolli mulinn fetaostur
- 2 stór egg
- 1/2 bolli mjólk
- Salt og pipar eftir smekk

LEIÐBEININGAR:
a) Forhitaðu ofninn þinn í 375°F (190°C) og smyrjið lítið muffinsform.
b) Fletjið bökudeigið út og skerið það í litla hringi til að passa við muffinsbollana. Þrýstið deiginu í hvern bolla til að mynda litlar skorpur.
c) Þeytið saman egg, mjólk, salt og pipar í blöndunarskál.
d) Dreifið saxaða spínatinu og mulda fetaostinum jafnt á milli smáskorpanna.
e) Hellið eggjablöndunni yfir spínatið og fetaostinn og fyllið hvern bolla um það bil þrjá fjórðu fullan.
f) Bakið í um 15-20 mínútur eða þar til kökurnar eru orðnar stífar og létt gylltar.
g) Leyfið kökunum að kólna í nokkrar mínútur áður en þær eru teknar úr muffinsforminu. Berið fram heitt.

12. Lítil sveppir og svissneskir Pogbas

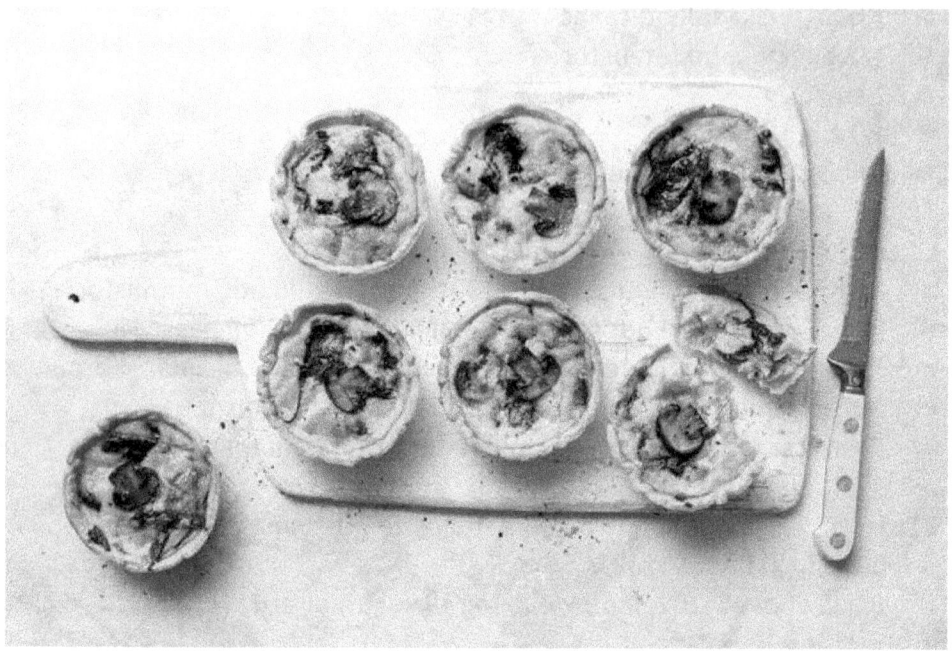

HRÁEFNI:
- 1 blað af bökudeigi í kæli
- 1 bolli sneiddir sveppir
- 1/2 bolli rifinn svissneskur ostur
- 2 stór egg
- 1/2 bolli hálf og hálf eða mjólk
- Salt og pipar eftir smekk

LEIÐBEININGAR:

a) Forhitaðu ofninn þinn í 375°F (190°C) og smyrjið lítið muffinsform.

b) Fletjið bökudeigið út og skerið það í litla hringi til að passa við muffinsbollana. Þrýstið deiginu í hvern bolla til að mynda litlar skorpur.

c) Í blöndunarskál, þeytið saman egg, hálft og hálft (eða mjólk), salt og pipar.

d) Setjið lítið magn af sneiðum sveppum og rifnum svissneskum osti í hverja smáskorpu.

e) Hellið eggjablöndunni yfir sveppina og ostinn og fyllið hvern bolla um það bil þrjá fjórðu.

f) Bakið í um 15-20 mínútur eða þar til kökurnar eru orðnar stífar og létt gylltar.

g) Leyfið kökunum að kólna í nokkrar mínútur áður en þær eru teknar úr muffinsforminu. Berið fram heitt.

13. Mini spergilkál og Kedar Pogbas

HRÁEFNI:
- 1 blað af bökudeigi í kæli
- 1 bolli gufusoðinn og saxaður spergilkál
- 1/2 bolli rifinn Kedar ostur
- 2 stór egg
- 1/2 bolli mjólk
- Salt og pipar eftir smekk

LEIÐBEININGAR:

a) Forhitaðu ofninn þinn í 375°F (190°C) og smyrjið lítið muffinsform.

b) Fletjið bökudeigið út og skerið það í litla hringi til að passa við muffinsbollana. Þrýstið deiginu í hvern bolla til að mynda litlar skorpur.

c) Þeytið saman egg, mjólk, salt og pipar í blöndunarskál.

d) Dreifið saxaða spergilkálinu og rifna Kedarostinum jafnt á milli smáskorpanna.

e) Hellið eggjablöndunni yfir spergilkálið og ostinn og fyllið hvern bolla um það bil þrjá fjórðu.

f) Bakið í um 15-20 mínútur eða þar til kökurnar eru orðnar stífar og létt gylltar.

g) Leyfið kökunum að kólna í nokkrar mínútur áður en þær eru teknar úr muffinsforminu. Berið fram heitt.

14. Lítil sólþurrkaðir tómatar og basilíkur

HRÁEFNI:
- 1 blað af bökudeigi í kæli
- 1/4 bolli saxaðir sólþurrkaðir tómatar
- 1/4 bolli fersk basilíkublöð, saxuð
- 1/2 bolli mozzarella ostur, rifinn
- 2 stór egg
- 1/2 bolli hálf og hálf
- Salt og pipar eftir smekk

LEIÐBEININGAR:

a) Forhitaðu ofninn þinn í 375°F (190°C) og smyrjið lítið muffinsform.

b) Fletjið bökudeigið út og skerið það í litla hringi til að passa við muffinsbollana. Þrýstið deiginu í hvern bolla til að mynda litlar skorpur.

c) Þeytið eggin, hálft og hálft, salt og pipar í blöndunarskál.

d) Setjið lítið magn af söxuðum sólþurrkuðum tómötum, saxaðri basilíku og rifnum mozzarellaosti í hverja smáskorpu.

e) Hellið eggjablöndunni yfir tómatana, basilíkuna og ostinn og fyllið hvern bolla um það bil þrjá fjórðu fullan.

f) Bakið í um 15-20 mínútur eða þar til kökurnar eru orðnar stífar og létt gylltar.

g) Leyfið kökunum að kólna í nokkrar mínútur áður en þær eru teknar úr muffinsforminu. Berið fram heitt.

15. Smá aspas og parmesan Pogbas

HRÁEFNI:
- 1 blað af bökudeigi í kæli
- 1 bolli aspasspjót, þeytt og saxað
- 1/2 bolli rifinn parmesanostur
- 2 stór egg
- 1/2 bolli þungur rjómi
- Salt og pipar eftir smekk

LEIÐBEININGAR:
a) Forhitaðu ofninn þinn í 375°F (190°C) og smyrjið lítið muffinsform.
b) Fletjið bökudeigið út og skerið það í litla hringi til að passa við muffinsbollana. Þrýstið deiginu í hvern bolla til að mynda litlar skorpur.
c) Í blöndunarskál, þeytið saman egg, þungan rjóma, salt og pipar.
d) Setjið lítið magn af söxuðum og söxuðum aspas og rifnum parmesanosti í hverja smáskorpu.
e) Hellið eggjablöndunni yfir aspas og ost, fyllið hvern bolla um það bil þrjá fjórðu fullan.
f) Bakið í um 15-20 mínútur eða þar til kökurnar eru orðnar stífar og létt gylltar.
g) Leyfið kökunum að kólna í nokkrar mínútur áður en þær eru teknar úr muffinsforminu. Berið fram heitt.

16. Mini beikon og svissneskir Pogbas

HRÁEFNI:
- 1 blað af bökudeigi í kæli
- 1/2 bolli soðið og mulið beikon
- 1/2 bolli rifinn svissneskur ostur
- 2 stór egg
- 1/2 bolli mjólk
- Salt og pipar eftir smekk

LEIÐBEININGAR:

a) Forhitaðu ofninn þinn í 375°F (190°C) og smyrjið lítið muffinsform.

b) Fletjið bökudeigið út og skerið það í litla hringi til að passa við muffinsbollana. Þrýstið deiginu í hvern bolla til að mynda litlar skorpur.

c) Þeytið saman egg, mjólk, salt og pipar í blöndunarskál.

d) Dreifið mulið beikoni og rifnum svissneska ostinum jafnt á milli smáskorpanna.

e) Hellið eggjablöndunni yfir beikonið og ostinn og fyllið hvern bolla um það bil þrjá fjórðu fullan.

f) Bakið í um 15-20 mínútur eða þar til kökurnar eru orðnar stífar og létt gylltar.

g) Leyfið kökunum að kólna í nokkrar mínútur áður en þær eru teknar úr muffinsforminu. Berið fram heitt.

17. Lítil sveppa- og spínatPogbas

HRÁEFNI:
- 1 blað af bökudeigi í kæli
- 1 bolli sneiddir sveppir
- 1 bolli ferskt spínat, saxað
- 1/2 bolli rifinn Monterey Jack ostur
- 2 stór egg
- 1/2 bolli hálf og hálf
- Salt og pipar eftir smekk

LEIÐBEININGAR:
a) Forhitaðu ofninn þinn í 375°F (190°C) og smyrjið lítið muffinsform.
b) Fletjið bökudeigið út og skerið það í litla hringi til að passa við muffinsbollana. Þrýstið deiginu í hvern bolla til að mynda litlar skorpur.
c) Þeytið eggin, hálft og hálft, salt og pipar í blöndunarskál.
d) Setjið lítið magn af sneiðum sveppum, söxuðu spínati og rifnum Monterey Jack osti í hverja smáskorpu.
e) Hellið eggjablöndunni yfir sveppina, spínatið og ostinn og fyllið hvern bolla um það bil þrjá fjórðu.
f) Bakið í um 15-20 mínútur eða þar til kökurnar eru orðnar stífar og létt gylltar.
g) Leyfið kökunum að kólna í nokkrar mínútur áður en þær eru teknar úr muffinsforminu. Berið fram heitt.

18. Mini skinku og Kedar Pogbas

HRÁEFNI:
- 1 blað af bökudeigi í kæli
- 1/2 bolli sneið skinka
- 1/2 bolli rifinn Kedar ostur
- 2 stór egg
- 1/2 bolli þungur rjómi
- Salt og pipar eftir smekk

LEIÐBEININGAR:

a) Forhitaðu ofninn þinn í 375°F (190°C) og smyrjið lítið muffinsform.

b) Fletjið bökudeigið út og skerið það í litla hringi til að passa við muffinsbollana. Þrýstið deiginu í hvern bolla til að mynda litlar skorpur.

c) Í blöndunarskál, þeytið saman egg, þungan rjóma, salt og pipar.

d) Setjið lítið magn af skinku og rifnum Kedarost í hverja skorpu.

e) Hellið eggjablöndunni yfir skinkuna og ostinn og fyllið hvern bolla um það bil þrjá fjórðu fullan.

f) Bakið í um 15-20 mínútur eða þar til kökurnar eru orðnar stífar og létt gylltar.

g) Leyfið kökunum að kólna í nokkrar mínútur áður en þær eru teknar úr muffinsforminu. Berið fram heitt.

19. Mini blaðlaukur og Gruy Pogbas

HRÁEFNI:
- 1 blað af bökudeigi í kæli
- 1 bolli niðurskorinn blaðlaukur (hvítir og ljósgrænir hlutar)
- 1/2 bolli rifinn Gruy ostur
- 2 stór egg
- 1/2 bolli mjólk
- Salt og pipar eftir smekk

LEIÐBEININGAR:
a) Forhitaðu ofninn þinn í 375°F (190°C) og smyrjið lítið muffinsform.
b) Fletjið bökudeigið út og skerið það í litla hringi til að passa við muffinsbollana. Þrýstið deiginu í hvern bolla til að mynda litlar skorpur.
c) Þeytið saman egg, mjólk, salt og pipar í blöndunarskál.
d) Setjið lítið magn af sneiðum blaðlauk og rifnum Gruy osti í hverja smáskorpu.
e) Hellið eggjablöndunni yfir blaðlaukinn og ostinn og fyllið hvern bolla um það bil þrjá fjórðu fullan.
f) Bakið í um 15-20 mínútur eða þar til kökurnar eru orðnar stífar og létt gylltar.
g) Leyfið kökunum að kólna í nokkrar mínútur áður en þær eru teknar úr muffinsforminu. Berið fram heitt.

20. Lítil pylsa og rauð pipar Pogbas

HRÁEFNI:
- 1 blað af bökudeigi í kæli
- 1/2 bolli soðin og mulin morgunverðarpylsa
- 1/4 bolli niðurskorin rauð paprika
- 1/2 bolli Kedar ostur, rifinn
- 2 stór egg
- 1/2 bolli hálf og hálf
- Salt og pipar eftir smekk

LEIÐBEININGAR:
a) Forhitaðu ofninn þinn í 375°F (190°C) og smyrjið lítið muffinsform.
b) Fletjið bökudeigið út og skerið það í litla hringi til að passa við muffinsbollana. Þrýstið deiginu í hvern bolla til að mynda litlar skorpur.
c) Þeytið eggin, hálft og hálft, salt og pipar í blöndunarskál.
d) Dreifið myldu pylsunni, rauðri papriku í teningum og rifnum Kedarost jafnt á milli smáskorpanna.
e) Hellið eggjablöndunni yfir pylsuna, piparinn og ostinn og fyllið hvern bolla um það bil þrjá fjórðu.
f) Bakið í um 15-20 mínútur eða þar til kökurnar eru orðnar stífar og létt gylltar.
g) Leyfið kökunum að kólna í nokkrar mínútur áður en þær eru teknar úr muffinsforminu. Berið fram heitt.

21. Mini spínat og beikon Pogbas

HRÁEFNI:
- 1 blað af bökudeigi í kæli
- 1 bolli ferskt spínat, saxað
- 1/4 bolli soðið og mulið beikon
- 1/2 bolli svissneskur ostur, rifinn
- 2 stór egg
- 1/2 bolli mjólk
- Salt og pipar eftir smekk

LEIÐBEININGAR:
a) Forhitaðu ofninn þinn í 375°F (190°C) og smyrjið lítið muffinsform.

b) Fletjið bökudeigið út og skerið það í litla hringi til að passa við muffinsbollana. Þrýstið deiginu í hvern bolla til að mynda litlar skorpur.

c) Þeytið saman egg, mjólk, salt og pipar í blöndunarskál.

d) Setjið lítið magn af söxuðu spínati, mulið beikoni og rifnum svissneskum osti í hverja smáskorpu.

e) Hellið eggjablöndunni yfir spínatið, beikonið og ostinn og fyllið hvern bolla um það bil þrjá fjórðu.

f) Bakið í um 15-20 mínútur eða þar til kökurnar eru orðnar stífar og létt gylltar.

g) Leyfið kökunum að kólna í nokkrar mínútur áður en þær eru teknar úr muffinsforminu. Berið fram heitt.

KJÖT POGBA

22. Harðkjarna Kjötæta Pogba

HRÁEFNI:

- 1 pund nautahakk lifur
- 1 pund nautahakk
- 1 pund nautahakkshjarta
- B eef tólg eða önnur dýrafita að eigin vali
- Salt eftir smekk
- 6 egg

LEIÐBEININGAR

a) Taktu 2 tertuplötur (9 tommur) og smyrðu þær létt með smjöri eða ghee.
b) Gakktu úr skugga um að ofninn þinn sé forhitaður í 360 ° F.
c) Bætið nautakjöti, nautalifur, nautahjarta, salti og eggjum í skál og blandið vel saman.
d) Skiptið blöndunni í 2 tertuplöturnar.
e) Bakið kjötbökurnar þar til þær hafa stífnað, um það bil 20 mínútur.
f) Skerið hvern í 4 jafnstóra báta þegar þeir eru tilbúnir og berið fram.

23. Ostborgari Pogba

HRÁEFNI:
- 4 lífræn egg
- ¼ pund beikon
- ½ pund nautahakk
- 1 laukur, saxaður
- ½ bolli majónesi
- ½ bolli þungur rjómi
- 2 bollar skarpur Kedar ostur, rifinn
- Salt og pipar eftir smekk

LEIÐBEININGAR:
a) Stilltu ofninn á 350 F.
b) Eldið beikonið stökkt og setjið til hliðar.
c) Notaðu sömu pönnu, steiktu laukinn, bætið nautahakkinu út í og eldið þar til hann er tilbúinn.
d) Á meðan skaltu blanda saman eggjum, majónesi og þungum rjóma í skál. Kryddið með salti og pipar; blandið vel saman.
e) Saxið soðna beikonið og bætið í skálina.
f) Bætið líka soðnu nautahakkinu út í og blandið vel saman.
g) Bætið helmingnum af ostinum út í blönduna og hrærið aftur.
h) Hellið kjöt- og eggjablöndunni í eldfast mót í smurt eldfast mót, setjið restina af ostinum yfir og setjið í ofninn til að bakast í 30 mínútur eða þar til eggin eru fullelduð.
i) Látið kólna í að minnsta kosti 10 mínútur áður en það er borið fram.

24. Beikon-, pylsu- og sveppaPogba

HRÁEFNI:
- 3 matskeiðar kókosolía
- 5 egg
- 8 sneiðar beikon, soðið og saxað
- ½ bolli rjómi
- 2 bollar barnaspínat, gróft saxað
- 1 bolli rauð paprika, saxuð
- 1 bolli gulur laukur, saxaður
- 2 hvítlauksgeirar, saxaðir
- 1 bolli sveppir, saxaðir
- 1 bolli Kedar ostur, rifinn
- Salt

LEIÐBEININGAR:
a) Forhitaðu ofninn í 375 F.
b) Blandið öllu grænmetinu saman í stóra skál, þar á meðal sveppunum.
c) Þeytið 5 eggin með rjómanum í annarri lítilli skál
d) Hellið grænmetisblöndunni varlega í muffinspönnu húðaða matreiðsluúða, toppið með eggi og osti sem fyllir allt að ¾ af muffinsformunum. Stráið söxuðu beikoni yfir.
e) Sett í ofninn til að baka í 15 mínútur eða þar til toppurinn á kökunni er orðinn stífur.
f) Látið það kólna í nokkrar mínútur áður en það er borið fram.

25. Beikon og Kedar Pogba

HRÁEFNI:
- 1 forgerð bökubotn
- 3 stór egg
- 1 bolli soðið og mulið beikon
- 1 bolli rifinn Kedar ostur
- ½ bolli mjólk
- Salt og pipar eftir smekk

LEIÐBEININGAR:

a) Forhitaðu ofninn þinn í 375°F (190°C).
b) Setjið tertubotninn í tertuform.
c) Þeytið egg, mjólk, salt og pipar saman í skál.
d) Dreifið mulnu beikoninu jafnt yfir bökubotninn.
e) Stráið rifnum Kedar osti yfir beikonið.
f) Hellið eggjablöndunni yfir fyllinguna.
g) Bakið í forhituðum ofni í 30-35 mínútur eða þar til kökurnar eru stífnar og toppurinn er gullinbrúnn.
h) Takið úr ofninum, látið kólna í nokkrar mínútur og skerið síðan í sneiðar og berið fram.

26. Bisquick og Beikon Pogba

HRÁEFNI:

- 2 bollar Bisquick blanda
- ½ bolli mjólk
- 4 egg
- 1 bolli rifinn Kedar ostur
- 1 bolli niðurskorið grænmeti (eins og spínat, sveppir og papriku)
- ½ bolli soðið beikon eða skinka, saxað
- Salt og pipar eftir smekk

LEIÐBEININGAR:

a) Forhitið ofninn í 375°F (190°C) og smyrjið bökuform.

b) Í blöndunarskál, blandaðu saman Bisquick mix, mjólk og eggjum til að búa til Pogba skorpu.

c) Dreifið skorpublöndunni jafnt á botn og hliðar smurða tertuformsins.

d) Blandið í aðra skál rifnum osti, söxuðu grænmeti, soðnu beikoni eða skinku, salti og pipar.

e) Hellið blöndunni í bökubotninn.

f) Bakið í 30-35 mínútur eða þar til miðjan hefur stífnað og skorpan er gullinbrún.

g) Leyfið kökunni að kólna í nokkrar mínútur áður en hún er skorin í sneiðar og borin fram.

27. Cornflake Skorpulaga Breakfast Pogba

HRÁEFNI:
- 1 bökubotn í kæli
- 1 bolli mulið maísflögur
- 1 bolli soðin morgunverðarpylsa, mulin
- 1 bolli rifinn Kedar ostur
- 4 stór egg
- 1 bolli mjólk
- ½ tsk salt
- ¼ tsk svartur pipar
- ¼ tsk hvítlauksduft
- ¼ tsk paprika

LEIÐBEININGAR:

a) Forhitaðu ofninn þinn í 375°F (190°C). Þrýstið bökuskorpunni í 9 tommu bökuform.

b) Dreifið mulnu maísflögunum jafnt yfir botn bökubotnsins.

c) Stráið mulnu morgunverðarpylsunni og rifnum Kedarost yfir kornflögurnar.

d) Þeytið saman egg, mjólk, salt, svartan pipar, hvítlauksduft og papriku í blöndunarskál.

e) Hellið eggjablöndunni yfir pylsuna og ostinn í bökubotninn.

f) Bakið í 35-40 mínútur eða þar til kexið er stíft og toppurinn er gullinbrúnn.

g) Takið úr ofninum og látið kólna í nokkrar mínútur áður en það er skorið í sneiðar og borið fram.

28. Afbyggt Pogba Beikon Lorraine

HRÁEFNI:
- 3 stór egg
- 3 sneiðar beikon, steikt og saxað
- 4 aura Gruyere ostur, rifinn
- ½ bolli grísk jógúrt
- 2 matskeiðar saxaður ferskur graslaukur, auk auka til að skreyta Klípa múskat
- ½ tsk salt
- 1 tsk pipar
- 1 blað laufabrauð í kæli

LEIÐBEININGAR:

a) Notaðu kexskera til að skera smjördeigið í hringi. Bakið samkvæmt leiðbeiningum á pakka þar til þær eru gullinbrúnar.

b) Forhitið vatnsbaðið í 165 °F

c) Þeytið egg, þeytið síðan jógúrt, graslauk, múskat, salt og pipar út í. Hrærið beikoni og osti saman við. Hellið eggjablöndunni í poka og innsiglið með leiðbeiningum um vatn. Eggjablöndunni á að safna í botninn á pokanum.

d) Settu pokann í baðið. Eldið í 20 mínútur, fjarlægðu síðan.

e) Fjarlægðu soðna eggið varlega á skurðbretti. Notaðu sama kexskera og þú notaðir til að skera sætabrauðið, skerðu hringi úr egginu. Setjið eina umferð af eggi á hverja sætabrauðshring. Stráið graslauk yfir.

29. Ham Collards Pogba

HRÁEFNI:
- 1 blað bakabrauð í kæli
- 2 bollar rifinn Colby-Monterey Jack ostur, skipt
- ¾ bolli fullsoðin skinka í teningum
- 2 matskeiðar ólífuolía
- 1 bolli frosið saxað grænmeti, þíða og tæmt
- 1 lítill laukur, saxaður
- 1 hvítlauksgeiri, saxaður
- ¼ teskeið salt
- ¼ tsk pipar
- 6 stór egg
- 1 bolli 2% mjólk

LEIÐBEININGAR:

a) Stilltu ofninn á 375° og byrjaðu að forhita. Rúllaðu sætabrauðinu út á 9 tommu kökuplötu; krumpaðu brúnina. Stráið einum bolla af osti á botninn á bökuplötunni með sætabrauði. Stráið skinku yfir.

b) Hitið olíu á stórri pönnu á meðalháum hita. Setjið í lauk og grænmeti; eldið á meðan hrært er þar til laukurinn er mjúkur, um það bil 5 til 7 mínútur.

c) Setjið hvítlauk út í og eldið í 1 mínútu. Blandið pipar og salti saman við. Leggðu skinku í lag með grænmeti.

d) Þeytið mjólk og egg saman í stórri skál þar til það er blandað saman.

e) Flytja yfir. Stráið restinni af ostinum yfir.

f) Bakið í 35 til 40 mínútur á neðri grind í ofninum þar til hnífur sem bætt er við í miðjunni kemur hreinn út. Látið standa í 10 mínútur áður en þú byrjar að skera. Frystarmöguleiki: Frystið óbakaða köku með loki.

g) Til notkunar skaltu taka úr frystinum hálftíma fyrir bakstur (ekki afþíða). Stilltu ofninn á 375° og byrjaðu að forhita. Settu Pogba á a

h) bökunar pappír. Bakið samkvæmt leiðbeiningum, stillið tímann á 50 mínútur til klukkutíma.

30. Spínat og beikon Pogba

HRÁEFNI:
- 8 beikonsneiðar, stökksoðnar, muldar og skiptar
- 9 tommu frosin tertuskorpa þiðnuð
- 2 bollar rifinn Monterey Jack ostur
- 10 aura pakki af frosnu söxuðu spínati, þíðað og tæmt
- 1½ bolli mjólk
- 3 egg, þeytt
- 1 msk alhliða hveiti

LEIÐBEININGAR:

a) Stráið helmingnum af mulið beikoni á botn bökubotnsins. Blandið saman osti, spínati, mjólk, eggjum og hveiti. Hellið yfir skorpuna.

b) Stráið afganginum af mulnu beikoninu ofan á.

c) Bakið við 350 gráður í eina klukkustund, eða þar til miðjan er stinn.

31. Skorplaus þriggja kjöt Pogba

HRÁEFNI:
- 6 egg, þeytt
- 1 bolli möluð pylsa, soðin
- 4 beikonsneiðar, soðnar og muldar
- 2 grænir laukar, saxaðir
- ½ bolli Mjólk
- 4 skinkusneiðar, skornar í teninga
- 1 ½ bolli Vatn
- 1 bolli Kedar ostur, rifinn
- Örlítið af salti og svörtum pipar

LEIÐBEININGAR:

a)   Látið niður rist og hellið vatninu út í. Búðu til slingu með filmu til að fjarlægja fatið.

b)   Blandið saman eggjum, mjólk, salti og pipar í skál. Setja til hliðar.

c)   Blandið pylsum, osti, beikoni, skinku og lauk saman í eldfast mót og hellið eggjablöndunni yfir. Settu bökunarformið inni í eldavélinni.

d)   Hyljið með álpappír og lokaðu lokinu. Snúðu réttsælis til að innsigla og elda á MEAT/STEW stillingu í 30 mínútur. Þegar það slokknar skaltu gera snögga þrýstingslosun. Látið kólna áður en það er skorið í sneiðar og berið fram.

32. Prosciutto og sveppa Pogba

HRÁEFNI:

- 1 forgerð bökubotn
- 6 stór egg
- 1 bolli sneiddir sveppir
- 4 sneiðar af prosciutto, saxaðar
- 1 bolli rifinn svissneskur ostur
- ½ bolli mjólk
- ¼ bolli saxaður ferskur graslaukur
- Salt og pipar eftir smekk

LEIÐBEININGAR:

a) Forhitaðu ofninn þinn í 375°F (190°C).
b) Settu tilbúna bökuskorpuna í 9 tommu bökuform og settu til hliðar.
c) Steikið sneiða sveppina á pönnu þar til þeir eru mjúkir og vökvi hefur gufað upp.
d) Í skál, þeytið eggin saman við mjólk, salti og pipar.
e) Dreifið steiktu sveppunum jafnt yfir bökubotninn.
f) Stráið söxuðum prosciutto og rifnum svissneskum osti yfir sveppina.
g) Hellið eggjablöndunni yfir fyllinguna í bökubotninum.
h) Stráið söxuðum graslauk ofan á.
i) Setjið kökuna inn í forhitaðan ofn og bakið í um 30-35 mínútur þar til fyllingin hefur stífnað og toppurinn er gullinbrúnn.
j) Takið úr ofninum og látið kólna í nokkrar mínútur áður en það er skorið í sneiðar.
k) Berið fram heitt eða við stofuhita.

33. Sólþurrkaðir tómatar og beikon Pogba

HRÁEFNI:
- 1 forgerð bökubotn
- 6 egg
- 1 bolli mjólk
- ½ bolli saxað soðið beikon
- ¼ bolli saxaðir sólþurrkaðir tómatar
- ¼ bolli rifinn parmesanostur
- Salt og pipar eftir smekk

LEIÐBEININGAR:
a) Forhitið ofninn í 375°F.
b) Setjið bökuskorpuna í 9 tommu bökuform og stingið botninn með gaffli.
c) Þeytið eggin í skál með mjólk, salti og pipar.
d) Hrærið beikoni, sólþurrkuðum tómötum og parmesanosti saman við.
e) Hellið eggjablöndunni í bökubotninn.
f) Bakið í 40-45 mínútur, þar til deigið er stíft.

34. Skinku- og aspasPogba

HRÁEFNI:
- 1 forgerð bökubotn
- 3 stór egg
- 1 bolli soðin skinka, skorin í teninga
- 1 bolli aspas, skorinn og saxaður
- ½ bolli rifinn Gruyere ostur
- ½ bolli mjólk
- Salt og pipar eftir smekk

LEIÐBEININGAR:
a) Forhitaðu ofninn þinn í 375°F (190°C).
b) Setjið tertubotninn í tertuform.
c) Þeytið egg, mjólk, salt og pipar saman í skál.
d) Dreifið skinku og hakkaðri aspas jafnt yfir bökubotninn.
e) Stráið rifnum Gruyere osti yfir fyllinguna.
f) Hellið eggjablöndunni yfir fyllinguna.
g) Bakið í forhituðum ofni í 30-35 mínútur eða þar til kexið er stíft og gullbrúnt.
h) Takið úr ofninum, látið kólna í nokkrar mínútur og skerið síðan í sneiðar og berið fram.

35. Morgunverður Pogba með spergilkáli og skinku

HRÁEFNI:
- 3 matskeiðar af vatni
- 8 egg
- 1 teskeið af sjávarsalti
- 1 tsk af svörtum pipar
- 2 bollar af brokkolí smátt saxað
- 2 bollar af rauðlauk
- 2 bollar skinka
- 1 teskeið af kókosolíu

LEIÐBEININGAR:

a) Bakið kökuformið í 5 mínútur við 350 gráður á Fahrenheit.

b) Látlega gufa spergilkál í nokkrar mínútur, ætti að verða nokkuð skærgrænt. Setja til hliðar.

c) Steikið saxaðan rauðlauk og saxaða skinku í kókosolíu. Ef skinkan er feit, slepptu því kókosolíu, fitan losnar og dugar.

d) Bætið grænmeti í léttbakaða bökuskorpu.

e) Þeytið síðan egg og vatn og bætið yfir grænmetið. Vatn hjálpar til við að gera egg dúnkennd og það gerir matarsódi líka.

f) Bakið í 25-30 mínútur eða þar til óskað er eftir stífni.

36. Ristað Squash og Prosciutto Pogba

HRÁEFNI:
- 1 meðalstór hnetuskerling, afhýdd, fræhreinsuð og skorin í teninga
- 1 ½ msk ólífuolía
- ¾ teskeið salt
- 1 blaðlaukur (aðeins hvítir og ljósgrænir hlutar), saxaður
- 2 hvítlauksrif, söxuð
- 4 stór egg
- 2 bollar mjólk
- 4 sneiðar prosciutto, saxaðar (um ½ bolli)
- 1 bolli Pecorino Romano ostur
- 1 matskeið söxuð fersk salvía
- 1 10 tommu bökuskorpa

LEIÐBEININGAR:
STEISTAN SMURHNETU SQUASH:
a) Forhitaðu ofninn þinn í 400°F (200°C).
b) Setjið skræaldar, fræhreinsaðar butternut squash bitana á smurða kökuplötu.
c) Dreypið leiðsögninni jafnt yfir með ½ matskeið af ólífuolíu og stráið ½ teskeið af salti yfir.
d) Bakið squashið í 25-30 mínútur við 400°F (200°C) eða þar til það er orðið mjúkt.
e) Lækkið ofnhitann í 350°F (175°C).
f) Hitið þá 1 matskeið sem eftir er af ólífuolíu yfir meðalhita í stórri pönnu.
g) Steikið saxaðan blaðlauk í 5 mínútur eða þar til hann er orðinn mjúkur.
h) Bætið hvítlauknum út í og steikið í eina mínútu til viðbótar.

POGBA FYLLING:
i) Þeytið eggin og mjólkina í stóra skál þar til þau hafa blandast vel saman.
j) Bætið ristuðu smjörkvassinu, steiktum blaðlauk og hvítlauk, söxuðum prosciutto, Pecorino Romano osti, saxaðri ferskri salvíu og ¼ teskeið af salti sem eftir er út í.
k) Blandið öllu hráefninu þar til það hefur blandast vel saman.

SAMLAÐU OG BAKAÐU:
l) Fóðrið 10 tommu bökuform með tilbúnu bökuskorpunni.
m) Hellið Pogbablöndunni í bökubotninn.
n) Bakið kökuna við 350°F (175°C) í 45 til 60 mínútur, eða þar til hún hefur stífnað.
o) Leyfðu því að kólna aðeins og skerðu það síðan í 8 báta.

GRÆNTÆMA POGBA

37. Bragðmikið spínat Pogba

HRÁEFNI:
- 3 matskeiðar skýrt smjör, skipt
- 1 gulur laukur, skorinn í bita
- 1/4 bolli saxaður laukur
- 10 aura pakki af spínati
- 1/2 bolli sneiddir sveppir
- 4 hvítlauksrif, pressuð
- 1/2 tsk sjávarsalt
- 8 eggjahvítur
- 4 aura af rjómaosti

LEIÐBEININGAR:
a) Hitið ofninn í 350 gráður.
b) Blandið saman afganginum af skýra smjörinu, spínati, lauk, lauk, sveppum og hvítlauk á pönnu.
c) Blandið eggjahvítunum og rjómaostinum saman í blandara og blandið á lágt þar til slétt.
d) Blandið öllu hráefninu saman.
e) Hellið deiginu hálfa leið í muffinsformin og bakið í 20 mínútur.

38. Vor Grænmetis Pogba

HRÁEFNI:

- 3 matskeiðar rjómi
- 1 matskeið paprika í teningum
- 1 egg
- 1 matskeið skorinn skalottlaukur
- 1 msk maís
- 1 msk rifinn Kedar ostur

LEIÐBEININGAR:

a) Smyrjið keramik Pogba fat.
b) Leggðu grænmetið á botninn á réttinum .
c) Þeytið saman egg , rjóma og rifinn ost og hellið yfir grænmetið .
d) Eldið í 10 mínútur við 160ºC .

39. Brennt haustgrænmetisPogba

HRÁEFNI:
- 750 g butternut grasker, afhýtt og skorið í 3 cm bita
- 2 matskeiðar extra virgin ólífuolía
- 1 búnt af rauðrófum, afhýdd og skorin í sneiðar
- 1 lítill blaðlaukur, helmingaður og skorinn í sneiðar
- 10 egg
- ½ bolli hreinn rjómi
- 100 g fetaost, mulið
- Fersk basilíkublöð, til skrauts

PARMESAN BAKAÐ:
- 1 ¾ bollar venjulegt hveiti
- 175 g smjör, kælt og saxað
- ⅓ bolli parmesan, fínt rifinn
- 1 eggjarauða
- 1 matskeið ískalt vatn

LEIÐBEININGAR:
a) Forhitaðu ofninn þinn í 200°C (180°C með blástur).
b) Blandið saman venjulegu hveiti, kældu og söxuðu smjöri og fínt rifnum parmesan í matvinnsluvél. Vinnið þar til blandan myndar mola.
c) Bætið við eggjarauðunni og ísvatninu. Vinnið þar til blandan kemur saman.
d) Mótaðu deigið í disk, hyldu það með plastfilmu og kældu í 30 mínútur eða þar til það er orðið stíft.
e) Settu skrælda og niðurskorna butternut graskerið á stóra bökunarpappírsklædda ofnplötu.
f) Hellið helmingnum af ólífuolíunni yfir og kryddið með salti og pipar.
g) Ristið graskerið í 20 mínútur.
h) Bætið niðursneiddum rauðrófum og blaðlauk á bakkann, dreypið olíunni yfir og kryddið með salti og pipar.
i) Steikið í 20 mínútur til viðbótar eða þar til grænmetið er gullið og meyrt.
j) Smyrjið 5 cm djúpt, 25 cm hringlaga lausbotna riflaga form.
k) Fletjið kælda sætabrauðinu út á milli tveggja bökunarblaða þar til það er nógu stórt til að klæðast botni og hliðum formsins.
l) Þrýstu deiginu varlega ofan í formið og klipptu kantana til.
m) Klæðið deigið með bökunarpappír og fyllið það með bökunarlóðum eða ósoðnum hrísgrjónum. Settu það á bökunarplötu.

n) Blindbakað deigið í 15 mínútur.
o) Fjarlægðu varlega lóðin eða hrísgrjónin og bökunarpappírinn.
p) Bakið í 5 til 10 mínútur í viðbót eða þar til brúnirnar eru gullnar. Leyfðu því að kólna í 15 mínútur.
q) Lækkið ofnhitann í 180°C (160°C blástur).
r) Hellið ristuðu grænmetinu með skeið í sætabrauðsformið.
s) Þeytið eggin og rjómann saman í sérstakri skál. Kryddið með salti og pipar.
t) Hellið eggjablöndunni yfir grænmetið og stráið mulnu fetaost yfir.
u) Bakið kökuna í 40 til 50 mínútur eða þar til fyllingin er rétt stíf og toppurinn gullinn.
v) Leyfðu því að standa í 15 mínútur.
w) Takið kökuna úr forminu og berið fram ferskum basilíkublöðum yfir.

40. Spergilkál og feta Pogba

HRÁEFNI:
- 1 forgerð bökubotn
- 3 stór egg
- 1 bolli gufusoðinn spergilkál, saxaður
- ½ bolli mulinn fetaostur
- ½ bolli mjólk
- Salt og pipar eftir smekk

LEIÐBEININGAR:

a) Forhitaðu ofninn þinn í 375°F (190°C).

b) Setjið tertubotninn í tertuform.

c) Þeytið egg, mjólk, salt og pipar saman í skál.

d) Dreifið söxuðu spergilkálinu jafnt yfir bökubotninn.

e) Stráið muldum fetaosti yfir spergilkálið.

f) Hellið eggjablöndunni yfir fyllinguna.

g) Bakið í forhituðum ofni í 30-35 mínútur eða þar til kexið er stíft og léttbrúnað.

h) Takið úr ofninum, látið kólna í nokkrar mínútur og skerið síðan í sneiðar og berið fram.

41. Tófú og spergilkál

HRÁEFNI:
- 2 matskeiðar Kókosolía
- 1 laukur, saxaður
- 1 hvítlauksgeiri, saxaður
- 2 bollar ferskt spergilkál, saxað
- 1 bökubotn
- 1 bolli silki tofu
- ½ bolli af jurtum Kannabismjólk
- Salt og pipar eftir smekk

LEIÐBEININGAR:

a) Forhitið ofninn í 350 gráður Fahrenheit.
b) Hitið kókosolíuna í potti.
c) Hellið spergilkálinu, lauknum og hvítlauknum út í.
d) Hrærið grænmetið af og til þar til það er meyrt.
e) Setjið tæmt tófú og kannabis jurtamjólk í matvinnsluvél og pulsið
f) Hellið soðnu grænmetinu og tofu CannaMilk blöndunni í óbakaða bökubotninn.
g) Bakið í 30 mínútur.

42. Aspas & gráðosta Pogba

HRÁEFNI:
- 1 forgerð bökuskorpa (keypt í búð eða heimagerð)
- 1 búnt af aspas, niðurskorið
- 1 matskeið ólífuolía
- 1 lítill laukur, skorinn í teninga
- 4 stór egg
- 1 bolli þungur rjómi
- ½ bolli mulinn gráðostur
- Salt og pipar eftir smekk
- Valfrjálst skraut: fersk timjanblöð

LEIÐBEININGAR:

a) Hitið ofninn í 375°F (190°C) og setjið bökubotninn í tertuform.

b) Blindbakaðu bökuskorpuna með því að klæða hana með smjörpappír og fylla hana með bökuþyngd eða þurrkuðum baunum. Bakið í um það bil 10 mínútur, fjarlægið síðan lóðin og smjörpappírinn og bakið í 5 mínútur til viðbótar þar til þær eru létt gylltar. Setja til hliðar.

c) Hitið ólífuolíuna á pönnu yfir meðalhita. Bætið hægelduðum lauknum út í og steikið þar til hann er mjúkur og hálfgagnsær.

d) Á meðan skaltu sjóða pott með saltvatni. Bætið klipptum aspas saman við og látið malla í um 2-3 mínútur þar til hann er aðeins mjúkur. Tæmdu aspasinn og skolaðu með köldu vatni til að stöðva eldunarferlið. Skerið aspasinn í hæfilega stóra bita.

e) Í hrærivélarskál, þeytið eggin og þungan rjóma saman þar til það hefur blandast vel saman. Kryddið með salti og pipar.

f) Stráið muldum gráðostinum jafnt yfir forbakaða bökubotninn.

g) Dreifið steiktum lauknum og aspasbitunum yfir gráðostinn.
h) Hellið eggja- og rjómablöndunni yfir fyllinguna og tryggið að hún hylji innihaldsefnin jafnt.
i) Valfrjálst: Stráið fersku timjanlaufum yfir toppinn á kökunni fyrir aukið bragð.
j) Setjið kökuna á bökunarplötu og bakið í forhituðum ofni í um 30-35 mínútur, eða þar til fyllingin er orðin stíf og toppurinn gullinbrúnn.
k) Takið úr ofninum og látið kólna í nokkrar mínútur áður en hún er skorin í sneiðar og borin fram.
l) Njóttu ljúffengrar samsetningar af aspas og gráðosti í þessari bragðmiklu Pogba, annað hvort heitt eða við stofuhita.

43. Ristað Heirloom tómat Pogba

HRÁEFNI:
- 3 arfatómatar, fræhreinsaðir og þunnar sneiðar
- ½ (14,1 únsa) pakki af kældum bitaskorpum, færðar í stofuhita
- Hveiti
- 4 stór egg
- 1 bolli nýmjólk
- ½ bolli saxaður rauðlaukur (frá 1 litlum 6 aura lauk)
- 1 tsk kosher salt
- ¼ tsk hvítlauksduft
- ¼ tsk svartur pipar
- 5 aura Colby-Jack ostur, rifinn (um 1 ¼ bolli), skipt
- ¾ bolli soðið og mulið beikon (u.þ.b. 8 sneiðar), skipt
- Saxaður laukur

LEIÐBEININGAR:

a) Forhitaðu ofninn þinn í 350 ° F, settu grindina í neðri þriðjung ofnsins. Klæðið bökunarplötu með stórri brún með álpappír.

b) Leggðu tómatsneiðarnar í einu lagi á bökunarplötuna. Steikið þær í forhituðum ofni þar til þær verða ljósbrúnar brúnir, sem ætti að taka um 30 mínútur. Settu ristuðu tómatana til hliðar en haltu ofninum á.

c) Á meðan tómatarnir eru steiktir skaltu rúlla bökudeiginu út á hveitistráðu yfirborði þar til það myndar 12 tommu hring.

d) Settu útrúllaða deigið í ósmurða 9 tommu djúpbökuplötu, þrýstu því inn í botn og hliðar plötunnar. Brjótið allt umfram deig undir brúnirnar og krumpið þá að vild. Settu skorpuna í frysti þar til hún verður köld, um það bil 5 til 15 mínútur.

e) Í stórri skál, þeytið saman egg, mjólk, saxaðan rauðlauk, kosher salt, hvítlauksduft, svartan pipar, 1 bolla af rifnum osti og ½ bolli af mulnu beikoni þar til blandan hefur blandast vel saman.

f) Bakið kökuna við 350°F þar til fyllingin er stinn að hluta, sem ætti að taka um það bil 25 mínútur.

g) Takið kökuna varlega úr ofninum og raðið ristuðu tómatsneiðunum jafnt ofan á. Stráið hinum ¼ bolla af osti og ¼ bolla af beikoni yfir tómatana.

h) Settu kökuna aftur í 350°F ofninn og haltu áfram að baka þar til fyllingin er orðin full stíf og skorpan verður gullinbrún, um það bil 20 mínútur.

i) Látið deigið kólna aðeins á rist í um 30 mínútur. Skreytið með söxuðum lauk og berið fram á meðan hann er enn heitur.

j) Njóttu dýrindis Heirloom Tómatur Pogba!

44. Hallgrímur Pro Pogba

HRÁEFNI:
- 4 matskeiðar pestó
- 1 (9 tommu) óbökuð bökuskorpa
- 4 matskeiðar mulinn geitaostur
- 3 egg
- ½ bolli hálf og hálfur rjómi
- 1 msk alhliða hveiti
- 8 olíupakkaðir sólþurrkaðir tómatar, skolaðir af og skornir í strimla
- Salt og nýmalaður svartur pipar eftir smekk

LEIÐBEININGAR:
a) Stilltu ofninn þinn á 400 gráður F áður en þú gerir eitthvað annað.
b) Setjið pestóið jafnt í botninn á tertuformi og stráið geitaosti yfir.
c) Í stóra skál, bætið hálfu og hálfu, eggjum, hveiti, salti og svörtum pipar út í og þeytið þar til það hefur blandast vel saman.
d) Setjið eggjablönduna jafnt yfir geitaostinn og síðan sólþurrkuðu tómatana.
e) Eldið allt í ofninum í um 30 mínútur.

45. Epli kanil Pogba

HRÁEFNI:
- 1 epli; terta, rifin
- 2 matskeiðar Smjör
- 7 aura af Kedar osti; tætt
- 1 10 tommu bökuskorpa; heimagerð
- 1 matskeið Sykur
- ¼ tsk kanill
- 3 stór egg
- 1½ bolli þeyttur rjómi

LEIÐBEININGAR:

a) Forhitaðu ofninn í 375 gráður F.
b) Steikið eplið í 5 mínútur í smjörinu.
c) Blandið ostinum saman við og setjið í bökuskelina. Blandið saman sykri og kanil og stráið eplið og ostinum yfir. Þeytið eggin og þeyttan rjóma létt saman í skál og hellið yfir eplið og ostinn.
d) Bakið í 35 mínútur eða þar til stíft.

46. Tómatar og basilika Pogba

HRÁEFNI:
- 1 forgerð bökubotn
- 3 stór egg
- 1 bolli kirsuberjatómatar, helmingaðir
- ¼ bolli söxuð fersk basilíka
- ½ bolli rifinn mozzarellaostur
- ½ bolli mjólk
- Salt og pipar eftir smekk

LEIÐBEININGAR:
a) Forhitaðu ofninn þinn í 375°F (190°C).
b) Setjið tertubotninn í tertuform.
c) Þeytið egg, mjólk, salt og pipar saman í skál.
d) Dreifið helmingnum kirsuberjatómötum og saxaðri basilíku jafnt yfir bökubotninn.
e) Stráið rifnum mozzarellaosti yfir fyllinguna.
f) Hellið eggjablöndunni yfir fyllinguna.
g) Bakið í forhituðum ofni í 30-35 mínútur eða þar til kexið er stíft og léttbrúnað.
Takið úr ofninum, látið kólna í nokkrar mínútur og skerið síðan í sneiðar og berið fram.

47. Lion's Mane Pogba

HRÁEFNI:
- 1 sætabrauðsskel
- Dapur af salti og pipar
- 2 bollar rifinn ostur
- 1 bolli Mjólk
- 1 meðalstór laukur, skorinn í teninga
- 2 matskeiðar hveiti
- ½ pund Lion's Mane sveppir, þunnar sneiðar
- ¼ tsk þurrt sinnep
- 1 matskeið Smjör
- 3 egg
- 1 matskeið Ólífuolía

LEIÐBEININGAR:

a) Hyljið botninn á sætabrauðsskelinni með osti. Steikið sveppi og lauk í blöndu af 1 matskeið af smjöri og 1 matskeið af ólífuolíu þar til það er mjúkt.

b) Setjið sveppa/laukblöndu ofan á ost. Saltið og piprið eftir smekk.

c) Þeytið saman hveiti, egg, mjólk og þurrt sinnep og hellið yfir sveppalagið. Bakið við 375 gráður eða þar til miðjan er orðin stíf.

48. Kúrbít og Pepper Jack Pogba

HRÁEFNI:
- 1 forgerð bökubotn (eða gerðu þína eigin)
- 1 kúrbít, saxað þunnt
- ½ bolli niðurskorin græn paprika
- ½ bolli Pepper Jack ostur, rifinn
- ¼ tsk nýmalaður svartur pipar
- 4 egg
- ½ bolli þungur rjómi
- ½ bolli saxaður laukur
- ½ bolli saxuð rauð paprika
- ½ tsk salt
- 1 matskeið ólífuolía

LEIÐBEININGAR:
a) Stilltu ofninn á 375°F.
b) Hitið ólífuolíuna í miðlungshita á stórri pönnu.
c) Eldið kúrbít, lauk, rauða papriku og græna papriku þar til það er mjúkt í um það bil 10 mínútur.
d) Flettu bökuhlífinni út og settu það í níu tommu bökuplötu.
e) Hyljið botn bökuskorpunnar með helmingi af rifnum Pepper Jack osti.
f) Dreifið steiktu grænmetinu ofan á ostinn.
g) Blandið eggjum, þungum rjóma, salti og nýbrotnum svörtum pipar í blöndunarílát.
h) Stráið grænmetinu yfir eggjablönduna.
i) Setjið afganginn af Pepper Jack ostinum ofan á.
j) Bakið kökuna í forhitaðri grilli í þrjátíu og fimm til fjörutíu mínútur þar til fyllingin er orðin stíf og toppurinn er ljómandi brúnn.
k) Áður en hann er skorinn í sneiðar og borinn fram, látið kólna aðeins.

49. Spínat og sveppa Pogba

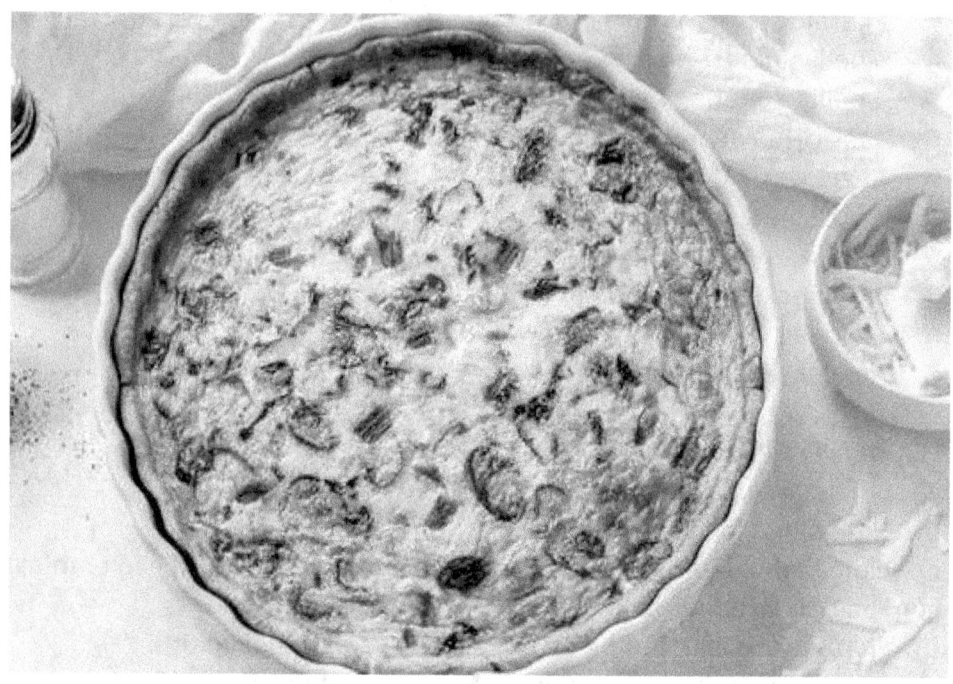

HRÁEFNI:

- 1 forgerð bökubotn
- 3 stór egg
- 1 bolli ferskt spínat, saxað
- 1 bolli sneiddir sveppir
- ½ bolli rifinn svissneskur ostur
- ½ bolli mjólk
- Salt og pipar eftir smekk
- 1 matskeið ólífuolía

LEIÐBEININGAR:

a) Forhitaðu ofninn þinn í 375°F (190°C).

b) Hitið ólífuolíu á pönnu yfir miðlungshita. Bætið sveppum út í og eldið þar til þeir eru mjúkir.

c) Bætið söxuðu spínati á pönnuna og eldið þar til það er visnað. Takið af hitanum og látið kólna.

d) Þeytið egg, mjólk, salt og pipar saman í skál.

e) Setjið tertubotninn í tertuform og dreifið spínati- og sveppablöndunni jafnt yfir skorpuna.

f) Stráið rifnum svissneskum osti yfir grænmetið.

g) Hellið eggjablöndunni yfir fyllinguna.

h) Bakið í forhituðum ofni í 30-35 mínútur eða þar til kexið er stíft og gullbrúnt.

i) Takið úr ofninum, látið kólna í nokkrar mínútur og skerið síðan í sneiðar og berið fram.

50. Grillað grænmeti og Gruyere Pogba

HRÁEFNI:
- 1 Allt tilbúið tertubotn
- 3 egg
- 1 bolli Léttrjómi
- ½ bolli Þungur rjómi
- ½ tsk Salt
- ½ tsk pipar
- ¼ tsk Cayenne pipar
- ¼ tsk Múskat
- 6 aura Gruyere ostur; rifið
- 1½ bolli Grillað grænmeti

LEIÐBEININGAR:

a) Leggðu 4 aura af osti og grilluðu grænmeti á óbakaða skorpuna og settu á bökunarplötu og settu síðan afganginn af ostinum ofan á.

b) Þeytið afganginum saman nema ostinum.

c) Hellið grænmetinu og ostinum yfir og stráið restinni af ostinum yfir.

d) Grillið í 35 til 45 mínútur, fjarri beinum hita, þar til Pogba er blásið og gullbrúnt.

51. Steikt Squash og Aspas Pogba

HRÁEFNI:
- 2 (12 aura) blöð af frosnu smjördeigi eða tilbúnu rúlluðu bökudeigi, þíða að hluta

FYRIR RISTAÐA Grænmetið:
- 1,1 pund (500 grömm) af kartöflumús, afhýdd og skorin í teninga
- 1 meðalstór rauðlaukur, skorinn í fjórða
- 1 meðalstór rauð paprika, fræhreinsuð og þykk sneið
- 1 aspas, snyrtur og skorinn í 2 tommu bita
- 10 miðlungs kirsuberjatómatar, helmingaðir
- ¼ bolli ólífuolía
- Salt og nýmalaður svartur pipar eftir smekk

FYRIR POGBA-FYLLINGU:
- 5 stór egg
- 6 ¾ aura (200 millilítra) nýmjólk
- 3 ½ aura (100 millilítrar) þungur rjómi (20 prósent smjörfita) eða hálf og hálf
- ⅓ bolli rifinn parmesanostur
- ¼ bolli rifinn Gruy ostur
- 1 matskeið fínt söxuð flatblaða steinselja
- ½ tsk sjávarsalt

LEIÐBEININGAR:
UNDIRBÚÐU SKORPAN
a) Forhitaðu ofninn þinn í 350°F (175°C). Setjið bökunarplötu í ofninn.

b) Notaðu sætabrauðið til að fóðra botninn og hliðarnar á 10 tommu tertuformi með færanlegum botni. Þrýstið deiginu upp að hliðunum og tryggið að engar loftbólur. Skerið umfram og stingið í botninn með gaffli.

c) Frystið sætabrauðsfóðrið form í 15 mínútur eða þar til það er stíft.

d) Klæðið deigið með álpappír og bætið bökunarperlum eða ósoðnum hrísgrjónum við fyrir blindbaksturinn.

e) Setjið pönnuna á forhitaða bökunarplötu í ofninum og bakið í 10 til 15 mínútur, eða þar til gullið.

f) Fjarlægðu álpappírinn og bökunarperlurnar varlega og settu deigskelina til hliðar til að kólna.

STEISTIÐ GRÆNTÆTIÐ
g) Dreifið butternut squash, rauðlauk, rauðri papriku, aspas og kirsuberjatómötum í stórt eldfast mót.

h) Smyrjið þær ríkulega með ólífuolíu og kryddið með salti og pipar.

i) Steikið í ofni í um 25 til 30 mínútur þar til þær eru örlítið kolnar. Setjið til hliðar og leyfið þeim að kólna aðeins. Aðskiljið lauklögin.

GERÐU FYLLINGuna

j) Þeytið saman egg, mjólk og rjóma í stórri blöndunarskál. Hrærið rifnum parmesanosti, Gruy osti, saxaðri steinselju og sjávarsalti saman við.

k) Dreifið ristuðu grænmetinu jafnt yfir botninn á sætabrauðsskelinni.

l) Hellið eggjablöndunni varlega yfir grænmetið.

m) Bakið í 30 til 35 mínútur eða þar til kexið er rétt stíft.

n) Leyfið kökunni að kólna í nokkrar mínútur áður en það er borið fram. Njóttu þess heitt eða við stofuhita.

FISKUR OG SJÁVARMAÐUR

52. Lax og sólþurrkaðir tómatar Pogba

HRÁEFNI:
- Skorpa sem keypt er í verslun

FYRIR FYLLINGU:
- 150 grömm gufusoðið spínat (Lærðu hvernig á að gera þetta hér)
- 8 lítil grilluð laxflök (eða reyktur lax)
- ¼ bolli vökvaðir sólþurrkaðir tómatar (Lærðu hvernig á að gera þetta hér)
- 1 lítill laukur, saxaður
- ¼ bolli nýrifinn Parmigiano-Reggiano ostur
- 2 matskeiðar Ricotta ostur
- ½ bolli þeyttur rjómi
- ⅔ bolli mjólk
- 2 egg + 1 eggjarauða
- 1 tsk ólífuolía
- ¼ tsk timjan
- Salt og pipar eftir smekk

LEIÐBEININGAR:
FYRIR FYLLINGU:

a) Saxið laukinn og hitið ólífuolíuna á pönnu.

b) Steikið saxaða laukinn þar til hann verður hálfgagnsær, um það bil 2 mínútur.

c) Slökkvið á hitanum og bætið gufusoðnu spínatinu út í laukinn. Blandið vel saman, kryddið með salti og pipar og setjið til hliðar.

d) Þeytið mjólk, þeytta rjóma, egg og eggjarauða saman í blöndunarskál þar til það er vel blandað saman. Gakktu úr skugga um að öll innihaldsefni séu við stofuhita.

e) Bætið pipar, salti og timjan út í blönduna. Setja til hliðar.

TIL SAMSETNINGU OG Bökun:

f) Forhitaðu ofninn þinn í 375 gráður Fahrenheit (190 gráður á Celsíus).
g) Settu forbökuðu bökubotninn á stærri bökunarplötu.
h) Fylltu það með lauk- og spínatblöndunni og dreifðu því jafnt yfir.
i) Bætið grillaða laxinum og sólþurrkuðu tómötunum saman við.
j) Rífið smá Parmigiano-Reggiano ost og stráið Ricotta osti yfir bökuna.
k) Að lokum er rjómablöndunni hellt yfir fyllinguna.
l) Bakið kökuna í forhituðum ofni í um það bil 25 til 30 mínútur eða þar til vaniljan hefur stífnað og hnífur sem stungið er í kringum brúnirnar á vaniljunni kemur hreinn út.
m) Leyfið bökunni að kólna í um 5 mínútur á kæligrindi.
n) Takið bökuna af pönnunni, skerið í sneiðar og berið fram. Njóttu grillaðra laxa og sólþurrkaðra tómata Pogba!

53. Krabbi Pogba

HRÁEFNI:
- 1 bökubotn í kæli
- 4 egg
- 1 pund klumpur krabbakjöt
- 1 bolli þungur rjómi
- 2 matskeiðar hveiti
- 1 bolli rifinn Gruyere eða svissneskur ostur
- ¼ bolli rifinn parmesanostur
- 3 grænir laukar, saxaðir
- 1 tsk rifinn sítrónubörkur
- ½ tsk þurrt sinnep
- ½ tsk Old Bay sjávarréttakrydd
- ½ tsk salt
- ¼ tsk svartur pipar
- ⅛ teskeið múskat
- 3 klattar af Tabasco heitri sósu, eftir smekk

LEIÐBEININGAR:
a) Forhitaðu ofninn þinn í 350 gráður Fahrenheit (175 gráður á Celsíus).
ÚTIBÚÐU BÆTUSKORPIN:
b) Þrýstu bökuskorpunni í 9 tommu bökuplötu.
c) Blindbakið bökubotninn áður en fyllingin er hellt út í. Til að gera þetta skaltu setja bökunarpappír lauslega á fatið sem er klætt bökubotn og fylla það með bökuþyngd eða þurrum baunum.
d) Bakið það í forhituðum ofni við 350°F (175°C) í 20 mínútur.
e) Fjarlægðu lóðin eða baunirnar og pergamentið og leyfðu skorpunni að kólna niður í stofuhita áður en það er notað.
f) Snúðu ofninum niður í 300 gráður Fahrenheit (150 gráður á Celsíus).
SAMLAÐU SAMSETNINGU:
g) Stráið rifnum osti jafnt yfir botn bökubotnsins.
h) Toppið með klumpi krabbakjötinu og stráið síðan hökkuðum grænlauk yfir.
UNDIRBÚÐU FYLLINGuna:
i) Þeytið saman egg, þungan rjóma, hveiti, sítrónubörkur, þurrt sinnep, Old Bay sjávarréttakryddið, salt, svartan pipar, múskat og Tabasco heita sósu í skál. Stilltu magn af heitri sósu að þínum smekk.
BAKKAÐI KOKKAN:
j) Hellið tilbúnu eggjablöndunni í bökuskorpuna.

k) Bakið við 300°F (150°C) þar til fyllingin harðnar, sem ætti að taka um 1 klukkustund.

l) Ef brúnir bökuskorpunnar fara að brúnast of mikið má setja bökuhlífar yfir skorpuna eða lauslega tjaldpappír yfir kökuna. Gakktu úr skugga um að álpappírinn snerti ekki toppinn á kökunni til að koma í veg fyrir að það festist.

m) Látið kökuna standa í 20 mínútur áður en hún er skorin í sneiðar. Brúnir Pogbasins verða stilltir og miðjan verður örlítið jiggyly en ekki blaut.

54. Rækju og krabba Pogba

HRÁEFNI:
- 4 egg
- ½ bolli þungur þeyttur rjómi
- ½ bolli ósykrað möndlumjólk
- 1 tsk ólífuolía
- ½ bolli saxaður laukur
- ¼ bolli niðurskorin græn paprika
- ¼ bolli niðurskorin rauð paprika
- ½ bolli rifinn Kedar ostur
- ½ bolli rifinn svissneskur ostur
- 1 tsk sjávarréttakrydd (td Old Bay)
- Salt og pipar eftir smekk
- 1 lak bökubotn í kæli
- 8 aura klumpur krabbakjöt
- 8 aura hráar rækjur, afhýddar og afvegaðar, skornar í bita

LEIÐBEININGAR:
a)   Forhitaðu ofninn þinn í 350 gráður Fahrenheit (175 gráður á Celsíus).
ÚTIBÚÐU BÆTUSKORPAN:
b)   Rúllaðu skorpunni út í 9 tommu bökuplötu.
c)   Hyljið bökubotninn með bökunarpappír og setjið tertuþyngd eða þurrar baunir yfir pappírinn og tertudiskinn. Þetta kemur í veg fyrir að skorpan bólgist upp þegar hún bakast.
d)   Bakið í 15 mínútur. Fjarlægðu síðan bökubotninn úr ofninum og settu hana til hliðar.
UNDIRBÚÐU FYLLINGuna:
e)   Blandið saman eggjunum, þeyttum rjómanum og möndlumjólkinni í stórri skál.
f)   Hitið pönnu yfir meðalháan hita og bætið við ólífuolíu.
g)   Steikið rauð papriku, lauk og græna papriku í 3-4 mínútur, eða þar til laukurinn er orðinn hálfgagnsær og ilmandi.
h)   Takið steikta grænmetið af pönnunni og bætið því í skálina ásamt eggjunum og mjólkinni.
i)   Bætið krabbanum, rækjubitunum, Kedarosti, svissneskum osti, sjávarréttakryddi, salti og pipar út í. Hrærið til að blanda saman.
SAMLAÐU OG BAKAÐU:
j)   Hellið egg- og sjávarréttafyllingunni yfir forbakaða bökubotninn.
k)   Bakið í 20 mínútur.

l) Stilltu ofnhitann í 300 gráður á Fahrenheit (150 gráður á Celsíus) og bakaðu í 15-30 mínútur til viðbótar, eða þar til kökan hefur stífnað.

m) Brúnirnar ættu að virðast stífar og það ætti að vera örlítið kippi í miðju kökunnar. Bættu við meiri bökunartíma ef þarf.

n) Látið kökuna kólna í að minnsta kosti 20 mínútur áður en hún er skorin í sneiðar. Ef það er sneið of snemma getur það valdið því að það falli í sundur.

55. Silungs-, blaðlauks- og sveppaPogba

HRÁEFNI:
- 1 matskeið ólífuolía
- 1 bolli blaðlaukur eða fóður rampar, vel þvegnir, með hvítum og ljósgrænum hlutum í sneiðum
- ½ bolli aspas eða rauð paprika, saxaður
- 4 aura villtir ostrusveppir eða múrsteinssveppir, eða ferskir sveppir
- Salt og pipar eftir smekk
- ½ tsk timjan
- 3 egg, staðbundið er best
- ½ bolli rjómi, hálfur og hálfur eða mjólk
- ½ tsk þurrt sinnep
- Klípa af cayenne pipar eða smá af heitri sósu, valfrjálst
- 1 djúpskál
- ½ pund steiktur silungur, flakaður og mulinn
- 3-4 matskeiðar geitaostur
- 1 tómatur, skorinn í sneiðar, valfrjálst

LEIÐBEININGAR:
a) Forhitaðu ofninn þinn í 350°F (175°C).
b) Hitið ólífuolíu á pönnu og steikið blaðlaukinn þar til hann fer að mýkjast.
c) Bætið við aspas (eða rauðri papriku) og steikið í 2 mínútur til viðbótar.
d) Bætið við sveppum og haltu áfram að elda þar til þeir eru mjúkir.
e) Kryddið blönduna með salti, pipar og timjan. Blandið stuttlega saman, takið síðan af hitanum og setjið til hliðar.

UNDIRBÚÐU eggjablönduna:
f) Þeytið eggin í skál þar til þau verða ljós og loftkennd.
g) Blandið saman þeyttu eggjunum með valinni mjólkurmjólk (rjóma, hálf og hálf eða mjólk). Blandið vel saman.
h) Bætið þurru sinnepi við og, ef vill, klípa af cayenne pipar eða heitri sósu. Sameina vandlega.

SAMLAÐU SAMSETNINGU:
i) Dreifið tilbúnu steiktu grænmetinu í djúpt bökuformið eða skorpuna.
j) Hyljið grænmetið með muldum ristuðum silungi.
k) Stráið geitaosti jafnt yfir silunginn.
l) Hellið eggjablöndunni yfir alla deigið.
m) Ef þess er óskað, toppið Pogba með sneiðum tómötum.

n) Setjið kökuna í miðri grind forhitaðs ofnsins við 350°F (175°C) í 20 mínútur.

o) Snúðu kökunni við 180° og haltu áfram að baka í 15–20 mínútur í viðbót, eða þar til terturinn hefur stífnað.

p) Skerið Pogba til að bera fram.

q) Skreytið með söxuðum rampum eða lauk ef vill.

56. Fiskur Pogba

HRÁEFNI:
FYRIR sætabrauðið:
- 2 ½ bollar alhliða hveiti
- 2 tsk Salt
- ¼ tsk Cayenne pipar
- 1 bolli Föst grænmetisstytt
- Kalt vatn

FYRIR FYLLINGU:
- 2 matskeiðar ósaltað smjör
- ¼ bolli Lítill hægeldaður gulur laukur
- 3 matskeiðar Rauðar paprikur í teningum
- 2 tsk Saxaður hvítlaukur
- 2 ¾ tsk salt (deilt)
- ¼ tsk cayenne pipar (auk ⅛ tsk til viðbótar)
- ½ pund afhýddar krabbafiskahalar (um 1 bolli)
- 2 bollar Þungt rjómi
- 4 egg
- ¼ tsk Tabasco sósa
- ½ tsk Worcestershire sósa
- 2 matskeiðar saxaður graslaukur
- 3 matskeiðar Rifinn Parmigiano-Reggiano ostur
- ½ bolli rifinn hvítur Kedar ostur
- ½ bolli Rifinn meðalstór Kedar ostur

LEIÐBEININGAR:
FYRIR sætabrauðið:
a) Í blöndunarskál, blandaðu saman alhliða hveiti, 2 teskeiðar af salti og ¼ teskeið af cayenne pipar.

b) Skerið fasta grænmetisstyttuna út í þar til blandan líkist grófri máltíðaráferð.

c) Bætið við köldu vatni og blandið þar til deigið losnar frá hlið skálarinnar. Mótið deigið í kúlu.

d) Hyljið deigið með plastfilmu og kælið í að minnsta kosti 1 klukkustund, eða allt að 8 klukkustundir. Þegar það er tilbúið til notkunar skaltu taka það úr kæli og láta það standa í um það bil 5 mínútur til að mýkjast aðeins.

e) Rykið létt yfir vinnuflöt og fletjið deigið út í 12 tommu hring, um ¼ tommu þykkt.

f) Brjótið deigið í fjórðu hluta og setjið það í 10 tommu rifið Pogba pönnu. Þrýstið deiginu vel á botninn og hliðarnar á forminu.

g) Rúllið trékefli yfir pönnuna til að skera af eða fjarlægja umframdeigið. Stingið botninn á skorpunni yfir alla með gaffli.

FYRIR FYLLINGU:

h) Bræðið ósaltað smjörið á meðalstórri pönnu við meðalhita. Bætið við lauknum, rauðri papriku, hvítlauk, 1 teskeið af salti og ¼ teskeið af cayenne pipar. Steikið í 4 mínútur.

i) Bætið krabbahölunum út í og steikið í 2 mínútur til viðbótar. Takið af hitanum og látið kólna.

j) Í blöndunarskál, þeytið saman þungum rjóma, eggjum, ¾ tsk af salti sem eftir er, ⅛ tsk af cayenne pipar, Tabasco sósu, Worcestershire sósu, saxuðum graslauk og rifnum Parmigiano-Reggiano osti.

k) Dreifið steiktu krabbablöndunni í tilbúna sætabrauðsskelina. Stráið rifnum hvítum Kedar- og meðalstórum Kedarostum yfir krabbana.

l) Hellið rjómablöndunni yfir krabbana og ostinn.

m) Setjið kökuna inn í ofninn og bakið í um 55 mínútur, eða þar til miðjan hefur stífnað og toppurinn er gullinn.

n) Takið Fiskur Pogba úr ofninum og látið kólna í 5 mínútur áður en hún er skorin í sneiðar og borin fram. Njóttu bragðgóður Pogba þinnar!

57. Mannlegur Pogba

HRÁEFNI:

- 3 meðalstór egg
- 1 ½ bolli Hálft og hálft
- 1 msk Smjör, brætt
- 1 ½ bolli Mannlegur kjöt, gróft saxað
- ¾ bolli svissneskur ostur, rifinn
- ¾ bolli Kedar ostur, rifinn
- 1 lítill laukur
- 1 hvítlauksgeiri
- ¼ teskeið Þurrt sinnep
- ½ tsk estragon
- 1 tsk steinselja
- Salt og pipar, eftir smekk
- 1 pakki af tilbúnum bökuskorpum

LEIÐBEININGAR:

a) Forhitaðu ofninn þinn í 350°F (175°C).

b) Saxið laukinn smátt og steikið hann í litlu magni af smjöri. Þegar laukurinn er orðinn næstum glær, bætið þá pressuðum hvítlauk út í og hrærið í. Takið af hitanum.

c) Þeytið eggin vandlega í stórri blöndunarskál. Bætið hálfu og hálfu út í og þeytið aftur þar til það hefur blandast vel saman.

d) Hrærið grófsöxuðu Mannlegurkjöti og báðum rifnum ostum saman við.

e) Bætið steiktum lauk- og hvítlauksblöndunni, þurru sinnepi, estragoni, steinselju út í og kryddið með salti og pipar eftir smekk. Blandið öllu saman þar til það hefur blandast vel saman.

f) Fóðrið 9 tommu köku- eða bökuform með tilbúnu kökuskorpunni.

g) Hellið Mannlegurblöndunni í bökubotninn.

h) Bakið kökuna við 350°F (175°C) í um það bil 45 mínútur, eða þar til hún hefur stífnað og er með gullbrúnan topp.

i) Leyfðu Mannlegur Pogba að kólna á grind í 5 mínútur áður en hann er skorinn í sneiðar og borinn fram. Njóttu þessa yndislegu sjávarrétta Pogba!

58. LaxaPogba

HRÁEFNI:
- 7 ¾ aura niðursoðinn lax
- 2 egg
- ½ bolli Mjólk
- ½ bolli Kedar ostur
- 2 matskeiðar Saxaður laukur
- ½ tsk basil (hægt að skipta um estragon eða oregano)
- 1 9 tommu bökuskel

LEIÐBEININGAR:

a) Forhitaðu ofninn þinn í 375°F (190°C).

b) Byrjið á því að baka bökuskelina í 10 mínútur við 375°F. Það verður ekki brúnt á þessu stigi, en þetta skref hjálpar til við að elda skorpuna að hluta.

c) Á meðan bökuskelin er að bakast skaltu opna niðursoðinn lax, tæma hann og fjarlægja húð og bein. Látið laxinn í litla bita.

d) Stráið söxuðum lauknum, rifnum Kedar osti og flöguðum laxi jafnt yfir botninn á hálfbökuðu bökuskelinni.

e) Í sérstakri skál, blandið mjólkinni, eggjunum og basilíkunni saman (eða setjið í staðinn kryddjurtir ef vill).

f) Hellið mjólkinni og eggjablöndunni yfir hráefnin í bökuskelinni.

g) Bakið laxabolluna við 375°F í um það bil 50 mínútur eða þar til toppurinn er gullinbrúnn og kexið er stíft.

h) Látið kökuna kólna í 10 mínútur áður en hún er borin fram. Njóttu dýrindis Lax Pogba!

59. Túnfiskur og spergilkál

HRÁEFNI:
- 1 9 tommu sætabrauðsskel, óbökuð
- 1 ½ bolli léttmjólk
- 3 extra stór egg
- ⅓ bolli Grænn laukur, saxaður
- 1 msk Pimiento, saxað og tæmt
- 1 tsk Þurrkuð basilíka, mulin
- ½ tsk Salt
- 6 ½ aura túnfiskur, tæmd og flögur
- ½ bolli fituskert Kedar ostur, rifinn
- 8 Spears spergilkál (um 4 tommur hvert)

LEIÐBEININGAR:
a) Forhitaðu ofninn þinn í 450°F (230°C). Bakið deigið í 5 mínútur, takið það síðan úr ofninum og setjið það á kæligrind til að kólna. Lækkið ofnhitann í 325°F (165°C).
b) Fyrir fyllinguna, í skál, þeytið saman lágfitumjólkinni og extra stórum eggjum.
c) Hrærið söxuðum grænum lauk, söxuðum og tæmdu pimiento, mulinni þurrkuðu basilíku og salti saman við.
d) Blandið tæmdum og flöguðum túnfiskinum varlega saman við og rifna fituskerta Kedarostinn.
e) Hellið tilbúnu fyllingunni í forbökuðu sætabrauðsskelina.
f) Bakið kökuna við 325°F (165°C) í 30 mínútur.
g) Á meðan Pogba er að bakast skaltu gufa spergilkálsspjótin í potti yfir sjóðandi vatni í um það bil 5 mínútur. Tæmið spergilkálið og setjið til hliðar.
h) Eftir 30 mínútur skaltu raða spergilkálsspjótum í tískumynstur yfir Pogba.
i) Haltu áfram að baka í 25-35 mínútur til viðbótar, eða þar til hnífur sem stungið er í 2 tommur frá miðjunni kemur hreinn út.
j) Leyfðu kökunni að standa í 5 mínútur áður en það er skorið í 8 báta, með spergilkálsspjóti í miðjunni.
k) Njóttu túnfisksins og spergilkálsins þíns!

LIÐKJÆNAPOGBA

60. Kjúklingur og spínat Pogba

HRÁEFNI:

- 1 óbökuð 9 tommu sætabrauðsskel
- 1 bolli Saxaður soðinn kjúklingur
- 1 bolli rifinn svissneskur ostur
- 1 pakki (10 oz) frosið hakkað spínat, soðið og vel tæmt (jafngildir ½ bolli)
- ¼ bolli Fínt saxaður laukur
- 2 egg, létt þeytt
- ¾ bolli alvöru majónes
- ¾ bolli Mjólk
- ½ tsk Þurrkuð basilíkublöð
- ⅛ teskeið pipar

LEIÐBEININGAR:

a) Byrjið á því að stinga deigskelina vandlega með gaffli. Bakaðu það í 375 gráðu heitum ofni í 10 mínútur og fjarlægðu það síðan.

b) Blandið saman hakkaðri kjúklingnum, rifnum svissneska ostinum, soðnu og tæmdu spínati og fínt skornum lauk í stóra blöndunarskál. Hrærið þessum hráefnum saman þar til það hefur blandast vel saman.

c) Helltu þessari kjúklinga- og ostablöndu með skeið í forbökuðu sætabrauðsskelina.

d) Í sérstakri lítilli skál, þeytið saman léttþeytt egg, alvöru majónesi, mjólk, þurrkuð basilíkublöð og pipar þar til slétt blanda er náð.

e) Hellið eggja- og majónesiblöndunni varlega yfir kjúklingafyllinguna í sætabrauðsskálinni.

f) Bakið kökuna í 350 gráðu heitum ofni í um það bil 40 mínútur eða þar til hún verður gullin og hnífur sem stungið er í miðjuna kemur hreinn út.

61. Kjúklinga-, spergilkáls- og ostaPogba

HRÁEFNI:
- 1 stakur bökubotn
- 1 meðalstór laukur, saxaður
- 4 aura kjúklingur, í teningum
- 1 bolli spergilkál, saxað
- 1 ½ bolli rifinn Havarti eða svissneskur ostur (eða meira, eftir smekk)
- 4 egg
- 1 bolli mjólk
- 1 matskeið hveiti
- ½ tsk múskat
- 1 dash af Tabasco sósu
- Salt og pipar eftir smekk

LEIÐBEININGAR:

a) Byrjið á því að steikja saxaðan lauk og kjúklingabita í litlu magni af smjöri eða olíu þar til kjúklingurinn er fulleldaður.

b) Þetta ætti að taka um 6 mínútur, fer eftir stærð kjúklingabitanna.

c) Þeytið eggin og mjólkina saman í sérstakri skál. Bætið hveitinu út í og stráið múskatinu yfir, sem er lykilbragðið í þessum rétti. Hrærið ögn af Tabasco sósu, söxuðu spergilkálinu og rifna ostinum saman við. Kryddið með salti og pipar eftir smekk.

d) Klæðið tertudisk eða Pogbaform með bökubotninum. Bakið það við 450°F í um það bil 4 mínútur, bara þar til það byrjar að brúnast. Vertu varkár til að koma í veg fyrir að skorpan bóli upp með því að stinga í hana áður en hún er bökuð eða klæða hana með álpappír fyrstu mínúturnar til að hjálpa henni að halda lögun sinni. Lækkið ofnhitann í 325°F.

e) Á meðan skorpan er enn heit skaltu raða spergilkálinu í fatið og hella eggjablöndunni jafnt yfir.

f) Haltu áfram að baka við 325°F í 45-50 mínútur, eða þar til kökan hefur fallega gullna skorpu og hnífur sem stungið er inn nálægt miðjunni kemur hreinn út.

g) Látið kökuna standa í 10 mínútur áður en hún er borin fram. Njóttu dýrindis kjúklinga-, spergilkáls- og ostaPogba!

62. Kjúklingasveppa Pogba

HRÁEFNI:
- 1 bolli Saxaður soðinn kjúklingur
- 1 óbökuð bökuskel
- 1 dós sveppir (4 aura)
- ¼ bolli Saxaður grænn laukur
- 1 ½ bolli rifinn svissneskur ostur
- 3 egg
- 1 dós af gufuð mjólk
- Cayenne pipar, eftir smekk
- Múskat, til að strá yfir

LEIÐBEININGAR:

a) Forhitaðu ofninn þinn í 450 gráður á Fahrenheit. Bæta við cayenne pipar eftir smekk.

b) Bakið bökuskelina í 5 mínútur þar til hún fer að stífna.

c) Dreifið helmingnum af rifnum svissneska ostinum á botninn á bökuskelinni að hluta.

d) Stráið söxuðum kjúklingi, niðursoðnum sveppum og söxuðum grænlauk jafnt yfir ostinn.

e) Bætið afganginum af rifnum svissneska ostinum ofan á fyllinguna.

f) Þeytið eggin létt í blöndunarskál og bætið síðan mjólkinni sem er gufað upp og smá cayenne pipar út í. Blandið þar til það hefur blandast vel saman.

g) Hellið eggja- og mjólkurblöndunni yfir fyllinguna í bökuskelinni.

h) Stráið toppnum með múskatsnertingu fyrir yndislegt bragð.

i) Bakið Pogba við 450 gráður Fahrenheit í 10 mínútur.

j) Lækkið ofnhitann í 325 gráður á Fahrenheit og haltu áfram að baka í 20 mínútur til viðbótar, eða þar til kakan er stinn og toppurinn er gullinbrúnn.

k) Takið kjúklingasveppakökuna úr ofninum og látið kólna í nokkrar mínútur áður en hann er skorinn í sneiðar og borinn fram. Njóttu máltíðarinnar!

63. Kalkúnn og hrísgrjónaPogba

HRÁEFNI:
- 3 bollar soðin hrísgrjón, kæld niður í stofuhita
- 1 ½ bolli Saxaður soðinn kalkúnn
- 1 meðalstór tómatur, fræhreinsaður og skorinn í teninga
- ¼ bolli niðurskorinn grænn laukur
- ¼ bolli fínt skorinn grænn pipar
- 1 msk Hakkað fersk basilíka eða 1 tsk Þurrkuð basilíka
- ½ tsk Kryddað salt
- ¼ tsk Malaður rauður pipar
- ½ bolli undanrennu
- 3 egg, þeytt
- Matreiðslusprey fyrir grænmeti
- ½ bolli (2 oz) rifinn Mozzarella ostur

LEIÐBEININGAR:

a) Forhitaðu ofninn þinn í 375°F (190°C).

b) Í 13x9x2 tommu bökunarpönnu húðuð með grænmetisspreyi, blandið saman soðnu hrísgrjónunum, söxuðum kalkún, sneiðum tómötum, sneiðum grænum laukum, fínt skornum grænum pipar, basil (ferskri eða þurrkuðum), krydduðu salti, möluðum rauðum pipar, undanrennu, og þeytt egg. Blandið vel saman til að sameina öll hráefnin.

c) Toppið blönduna með rifnum Mozzarella osti.

d) Bakið í forhituðum ofni í um það bil 20 mínútur eða þar til hnífur sem stungið er inn nálægt miðjunni kemur hreinn út.

e) Til að bera fram, skerið kökuna í 8 ferninga og skerið síðan hvern ferning á ská í 2 þríhyrninga.

64. Önd Egg Pogba

HRÁEFNI:
- 1 bökuskorpa (eða heimabakað deig)
- 1 matskeið ólífuolía
- 1 skalottlaukur, skorinn í teninga
- 2 hvítlauksgeirar, saxaðir
- 6 aura barnaspínat
- 4 fersk andaegg
- 1 bolli (8 aura) nýmjólk
- 1 bolli (4 aura) rifinn Kedar ostur
- 1 tsk sjávarsalt

LEIÐBEININGAR:
a)   Forhitaðu ofninn þinn í 350 gráður F (176 C).
b)   Fletjið deigið út og setjið það í 9 tommu bökuplötu. Ef þú notar tilbúna skorpu skaltu afþíða hana samkvæmt leiðbeiningum á umbúðum.
c)   Hitið ólífuolíuna á stórri pönnu við meðalháan hita. Þegar það er orðið heitt skaltu bæta við hægelduðum skalottlaukum og steikja í 3 mínútur. Bætið síðan hvítlauknum og smáspínatinu út í og eldið þar til spínatið hefur visnað.
d)   Dreifið spínatblöndunni jafnt yfir botn bökudeigsins.
e)   Brjótið andaeggin í blöndunarskál og þeytið þar til eggjarauðan brotnar. Bætið nýmjólkinni út í, helminginn af rifnum Kedarostinum og sjávarsalti. Þeytið þar til það hefur blandast vel saman.
f)   Hellið eggjablöndunni ofan á spínatblönduna í bökubotninn. Stráið afganginum af ostinum jafnt yfir eggin.
g)   Bakið í 45 til 50 mínútur, eða þar til miðjan á kökunni hefur stífnað.
h)   Leyfið kökunni að kólna í 5 mínútur áður en hún er skorin í sneiðar og borin fram.

KORSTULAUS POGBA

65. Kartöflu Saffran Pogba

HRÁEFNI:
- ½ meðalstór rauðlaukur, fínt saxaður
- 1 meðalstór rússuð kartöflu, smátt skorin
- 8 stór lífræn egg
- ⅓ bolli rifinn parmesanostur
- ⅛ teskeið saffran
- sjávarsalt og svartur pipar eftir smekk
- 4 matskeiðar extra virgin ólífuolía

LEIÐBEININGAR:

a) Hitið olíuna á miðlungs pönnu við meðalhita í 1-2 mínútur. Saxið laukinn og kartöflurnar smátt og bætið svo á pönnuna og steikið á meðal-lágmarki í um 8 mínútur eða þar til laukurinn er orðinn hálfgagnsær og kartöflurnar mjúkar.

b) Þeytið eggin með parmesan og saffran í meðalstórri skál og bætið svo á pönnuna. Eldið í um það bil 5 mínútur, hrærið stöðugt til að hræra. Takið eggin af pönnunni og setjið til hliðar í meðalstórri skál.

c) Setjið pönnuna aftur í brennarann og bætið við 1-2 msk til viðbótar. af ólífuolíu. Hækkið hitann í miðlungs hátt og hitið olíuna í 1 mínútu.

d) Setjið eggin aftur á pönnuna, myndið smjörbollu með spaða þegar þau eru elduð, hristið pönnuna varlega til að koma í veg fyrir að eggin festist og þrýstið niður til að tryggja að Pogba sé einsleitt.

e) Eldið í um það bil 2 mínútur og hyljið pönnuna með stórum flatum disk. Haldið í handfangið á steikarpönnunni og þrýstið niður miðju disksins með lófa hinnar hendinnar og snúið svo Pogba yfir á diskinn.

f) Renndu Pogba aftur í pönnuna og eldaðu í 2 mínútur í viðbót á hinni hliðinni.

g) Setjið til hliðar til að kólna í nokkrar mínútur og skerið síðan í hluta sem óskað er eftir.

66. Kúrbítblóma Pogba

HRÁEFNI:
- 2 matskeiðar canola olía
- 2-3 geirar saxaðir hvítlaukur
- ½ bolli saxaður laukur
- ¼ bolli saxuð rauð paprika
- 12 kúrbítsblóm, þvegin og þurrkuð
- 1 msk söxuð fersk basilíka
- ½ matskeið saxað ferskt oregano
- 4 egg
- Salt og pipar

LEIÐBEININGAR:
a) Forhitaðu ofninn í 400 gráður F.
b) Hitið rapsolíuna í ofnheldri pönnu.
c) Bætið hvítlauknum, lauknum og rauðum pipar út í.
d) Steikið í um eina mínútu.
e) Bætið kúrbítsblómunum út í og eldið, hrærið af og til, í um það bil tíu mínútur þar til þær eru léttbrúnar.
f) Bætið basil og oregano út í. Hrærið til að blanda vel saman.
g) Í skál, þeytið egg með salti og pipar eftir smekk. Hrærið í grænmetið.
h) Lækkið hitann og eldið þar til eggin eru rétt stíf. Setjið pönnu inn í ofn og bakið þar til það er tilbúið í um 15-20 mínútur.
i) Skerið í báta og berið fram. Má bera fram við heitt eða stofuhita.

67. Svissneskur Kolbeinn og Quinoa Pogba

HRÁEFNI:
- Matreiðsluprey
- ⅓ bolli ókryddað brauðrasp
- 1 matskeið ólífuolía
- 1 meðalstór laukur, skorinn í bita
- 2 hvítlauksrif, söxuð
- 1 punda svissnesk Kolbeinn lauf, harðar miðjur fjarlægðar og blöð skorin í sneiðar
- 1 msk hakkað ferskt timjan
- ¼ tsk rauðar piparflögur
- 1 bolli kínóa, soðið
- 1 bolli undanrenndur ricotta ostur
- ¼ tsk nýmalaður pipar
- 2 egg, létt þeytt

LEIÐBEININGAR:

a) Forhitið ofninn í 350°F.

b) Sprautaðu 8 x 8 tommu bökunarform með eldunarúða og húðaðu það með brauðmylsnu.

c) Hitið olíuna á stórri pönnu yfir meðalháum hita. Bætið lauknum og hvítlauknum út í og eldið, hrærið oft, þar til það er mjúkt, um það bil 5 mínútur.

d) Bætið kartöflunni út í og eldið í 3 til 4 mínútur í viðbót, hrærið oft þar til grænmetið er visnað. Hrærið timjan og paprikuflögunum saman við.

e) Takið pönnuna af hitanum og flytjið kartöflublönduna yfir í meðalstóra blöndunarskál.

f) Hrærið soðnu kínóa, osti, pipar og eggjum saman við Kolbeinnblönduna. Færið blönduna yfir í tilbúna bökunarréttinn og bakið í ofni í um það bil 1 klukkustund, þar til brúnirnar eru aðeins farnar að brúnast og miðjan er stillt.

g) Látið Pogba kólna í nokkrar mínútur áður en hann er skorinn í ferninga. Berið fram heitt eða við stofuhita.

68. HvítlauksPogba með feta og Kolbeinn

HRÁEFNI:
- 2 hvítlauksgeirar, saxaðir
- ¼ tsk svartur pipar
- 8 egg
- 1 gulur laukur, skorinn í bita
- 1 matskeið ólífuolía
- 2 matskeiðar steinselja, söxuð
- ½ bolli fituskertur fetaostur, mulinn
- 4 bollar svissneskur Kolbeinn, skorinn í tætlur

LEIÐBEININGAR:

g) Gerðu ofninn tilbúinn með því að forhita hann í 350 gráður á Fahrenheit.

h) Hitið ofnþolna pönnu yfir miðlungs háum hita. Steikið laukinn í 4 mínútur.

i) Bætið við svissneskum kolum og eldið í 3 mínútur til viðbótar.

j) Þeytið saman egg og svartan pipar.

k) Blandið grænmetinu og laukblöndunni saman við eggin. Hellið fetaostinum út í eggjablönduna.

l) Setjið eggjablönduna aftur í pönnu sem er örugg í ofninum og hrærið til að koma í veg fyrir að Pogba festist.

m) Hitið ofninn í 350°F og bakið pönnu í 15-18 mínútur þar til eggin hafa stífnað.

n) Stráið steinselju yfir og geymið í 5 mínútur áður en það er skorið í 8 hluta.

69. Radísu og geitaosti Pogba

HRÁEFNI:
- 6 egg
- ½ bolli sneiðar radísur
- ¼ bolli mulinn geitaostur
- ¼ bolli saxað ferskt dill
- Salt og pipar eftir smekk
- 1 matskeið ólífuolía

LEIÐBEININGAR:

a) Forhitið ofninn í 350°F (175°C).

b) Þeytið eggin í skál með salti, pipar og söxuðu dilli.

c) Hitið ólífuolíu í ofnþolinni pönnu yfir miðlungshita.

d) Bætið sneiðum radísum út í og steikið í 2 mínútur þar til þær eru aðeins mjúkar.

e) Hellið þeyttu eggjunum í pönnuna og stráið síðan muldum geitaosti yfir.

f) Eldið á helluborðinu í 3-4 mínútur þar til brúnirnar eru stífar.

g) Færið pönnuna yfir í forhitaðan ofn og bakið í 10-12 mínútur þar til Pogba er full stíft.

h) Takið úr ofninum, skerið í sneiðar og berið fram heitt.

70. Aspas og beikon Pogba

HRÁEFNI:

- 1 búnt af aspas
- 6 beikonsneiðar, soðnar og muldar
- 8 egg
- 1/4 bolli mjólk
- 1/2 bolli rifinn Kedar ostur
- Salt og pipar eftir smekk

LEIÐBEININGAR:

a) Forhitið ofninn í 375°F (190°C).

b) Skerið hörðu endana á aspasnum og skerið þá í 1 tommu bita.

c) Á pönnu, steikið aspasinn við meðalhita þar til hann er mjúkur, um það bil 5-6 mínútur.

d) Þeytið saman egg, mjólk, salt og pipar í skál.

e) Hrærið soðnum aspas og mulið beikoni saman við.

f) Hellið blöndunni í smurt 9 tommu tertuform og stráið rifnum Kedar osti yfir.

g) Bakið í forhituðum ofni í 25-30 mínútur eða þar til Pogba er stíft og létt gyllt ofan á.

h) Takið úr ofninum og látið kólna í nokkrar mínútur áður en það er skorið í sneiðar og borið fram.

71. Sólþurrkaðir tómatar og fetaostur

HRÁEFNI
- 6 egg
- ¼ bolli mulinn fetaostur
- 2 msk saxaðir sólþurrkaðir tómatar
- ¼ bolli saxuð fersk steinselja
- Salt og pipar eftir smekk

LEIÐBEININGAR
a) Forhitið ofninn í 375°F.
b) Þeytið eggin í skál með salti, pipar og steinselju.
c) Hrærið fetaosti og sólþurrkuðum tómötum saman við.
d) Hitið 10 tommu ofnþolna pönnu yfir miðlungshita.
e) Hellið eggjablöndunni í pönnuna og eldið í 5 mínútur.
f) Færið pönnuna yfir í ofninn og bakið í 10-15 mínútur þar til Pogba er stíft.

72. Prosciutto og tómata Pogba

HRÁEFNI:
- 8 stór egg
- 4 sneiðar af prosciutto, saxaðar
- 1 bolli kirsuberjatómatar, helmingaðir
- ½ bolli rifinn Gruyere ostur
- ¼ bolli saxuð fersk steinselja
- Salt og pipar eftir smekk
- 2 matskeiðar ólífuolía

LEIÐBEININGAR:
a) Forhitaðu ofninn þinn í 375°F (190°C).
b) Þeytið eggin saman í skál og kryddið með salti og pipar.
c) Hitið ólífuolíu í ofnþolinni pönnu yfir miðlungshita.
d) Bætið söxuðum prosciutto og kirsuberjatómötum á pönnuna og eldið í nokkrar mínútur þar til tómatarnir mýkjast.
e) Hellið þeyttum eggjunum yfir prosciutto og tómatana í pönnuna.
f) Stráið rifnum Gruyere osti og saxaðri steinselju jafnt yfir eggin.
g) Settu pönnu yfir í forhitaðan ofn og bakaðu í um það bil 15 mínútur eða þar til Pogba er stíft og gullbrúnt.
h) Takið úr ofninum og látið kólna aðeins áður en það er skorið í sneiðar.
i) Berið fram heitt eða við stofuhita.

73. Pogba muffins umbúðir með prosciutto

HRÁEFNI:
- 4 matskeiðar af fitu
- ½ meðalstór laukur, smátt skorinn
- 3 hvítlauksrif, söxuð
- ½ pund af cremini sveppum, þunnar sneiðar
- ½ pund frosið spínat, þíðað og þerrað
- 8 stór egg
- ¼ bolli kókosmjólk
- 2 matskeiðar af kókosmjöli
- 1 bolli kirsuberjatómatar, helmingaðir
- 5 aura af Prosciutto di Parma
- Kosher salt
- Nýmalaður pipar
- Venjulegt 12 bolla muffinsform

LEIÐBEININGAR:

a) Forhitið ofninn í 375°F.

b) Hitið helminginn af kókosolíu yfir meðalhita á stórri steypujárnspönnu og steikið laukinn þar til hann er mjúkur og hálfgagnsær

c) Bætið hvítlauknum og sveppunum út í og eldið þar til sveppirakinn hefur gufað upp. Kryddið síðan fyllinguna með salti og pipar og setjið hana á disk til að kólna í stofuhita

d) Fyrir deigið, þeytið eggin í stórri skál með kókosmjólk, kókosmjöli, salti og pipar þar til það er vel blandað. Bætið síðan steiktum sveppum og spínati saman við og hrærið saman.

e) Penslið afganginn af bræddu kókosolíunni á muffinsformið og klæðið hvern bolla með prosciutto, passið að hylja botninn og hliðarnar alveg.

f) Settu muffinsin í ofninum í um 20 mínútur

74. Mannlegur og spínat Pogba

HRÁEFNI:

- 1 Mannlegurhali, soðinn og skorinn í teninga
- 6 stór egg
- 1 bolli fersk spínatlauf
- ¼ bolli hægeldaður laukur
- ¼ bolli niðurskorin rauð paprika
- ¼ bolli rifinn parmesanostur
- Salt og pipar eftir smekk
- Fersk basilíkublöð til skrauts

LEIÐBEININGAR:

a) Forhitaðu ofninn þinn í 350°F (175°C).
b) Þeytið eggin í skál og kryddið með salti og pipar.
c) Hitið ofnþolna pönnu yfir miðlungshita og bætið við smá olíu eða smjöri.
d) Steikið niðursneiddan lauk og rauða papriku þar til þau verða mjúk.
e) Bætið ferskum spínatlaufunum á pönnuna og eldið þar til það er visnað.
f) Helltu þeyttu eggjunum í pönnuna, leyfðu þeim að fylla rýmið á milli grænmetisins.
g) Bætið hægelduðum Mannlegurkjöti jafnt út í gegnum Pogba.
h) Stráið rifnum parmesanosti yfir.
i) Settu pönnuna yfir í forhitaðan ofn og bakaðu í um það bil 15-20 mínútur eða þar til Pogba er stíft og osturinn er bráðinn og létt brúnaður.
j) Takið úr ofninum og látið kólna aðeins áður en það er skorið í sneiðar.
k) Skreytið með ferskum basilíkulaufum og berið fram volga.

75. Kartöflu- og laukPogba

HRÁEFNI:
- 2 til 3 matskeiðar ólífuolía, skipt
- 1 gulur laukur, þunnt sneið
- ¼ bolli soðin skinka, skorin í teninga
- 1 bolli kartöflur, skrældar, soðnar og skornar í teninga
- 4 egg, þeytt
- ⅓ bollar rifinn parmesanostur
- salt eftir smekk

LEIÐBEININGAR:

a) Hitið 2 matskeiðar olíu yfir miðlungshita á pönnu sem festist ekki. Bæta við lauk; eldið og hrærið í 2 til 3 mínútur.

b) Bætið skinku og kartöflum saman við. Eldið þar til laukur og kartöflur eru létt gullin. Fjarlægðu blönduna í skál með sleif; kólna aðeins. Hrærið eggjum, osti og salti í laukblönduna.

c) Settu pönnu aftur á miðlungshita; bæta við olíunni sem eftir er, ef þarf.

d) Þegar pönnuna er orðin heit er laukblöndunni bætt út í. Eldið þar til Pogba er gyllt á botninum og toppurinn fer að stífna í um það bil 4 til 5 mínútur.

e) Setjið disk yfir pönnuna og hvolfið Pogba varlega á diskinn.

f) Renndu Pogba aftur í pönnuna. Eldið þar til botninn er létt gullinn, 2 til 3 mínútur.

g) Skerið í báta; berið fram heitt eða við stofuhita.

76. Krabbi, maís og pipar Pogba

HRÁEFNI:
- 6 egg, þeytt
- ⅓ bollar maís
- ⅓ bollar majónesi
- ¼ bolli mjólk
- 2 matskeiðar grænn laukur, saxaður
- 2 matskeiðar rauð paprika, saxuð
- salt og pipar eftir smekk
- 1 bolli krabbakjöt, í flögum
- 1 bolli rifinn Monterey Jack ostur
- Skreytið: saxaður grænn laukur

LEIÐBEININGAR:

a) Þeytið saman egg, maís, majónes, mjólk, lauk, rauðan pipar og salt og pipar eftir smekk. Hrærið krabbakjöti varlega saman við.

b) Hellið í smurða 10" tertudisk.

c) Bakið við 350 gráður í 15 til 20 mínútur. Stráið osti yfir og bakið í 5 mínútur í viðbót, eða þar til osturinn er bráðinn.

d) Skreytið með grænum lauk.

77. Ravioli og grænmetisPogba

HRÁEFNI:
- 1 pakki af osti eða grænmetisfylltu ravioli
- 6 egg
- ¼ bolli mjólk
- 1 bolli blandað grænmeti í sneiðum
- ¼ bolli rifinn parmesanostur
- Salt og pipar eftir smekk

LEIÐBEININGAR:
a) Eldið ravíólíið samkvæmt leiðbeiningum á pakka. Tæmið og setjið til hliðar.
b) Þeytið saman egg, mjólk, rifinn parmesanost, salt og pipar í skál.
c) Hitið pönnu yfir meðalhita og smyrjið hana létt.
d) Bætið hægelduðu grænmetinu á pönnuna og steikið þar til það er mjúkt.
e) Bætið soðnu ravíólíinu á pönnuna og dreifið því jafnt yfir.
f) Hellið eggjablöndunni yfir grænmetið og ravíólíið.
g) Eldið Pogba á helluborðinu í nokkrar mínútur þar til brúnirnar byrja að stífna.
h) Færðu pönnuna yfir í forhitaðan ofn og bakaðu við 350°F (175°C) í um 15-20 mínútur eða þar til Pogba er eldað í gegn og gullið að ofan.
i) Takið úr ofninum og látið kólna aðeins áður en það er skorið í sneiðar.
j) Berið fram ravioli og grænmetis Pogba heitt eða við stofuhita.

78. Sólþurrkaðir tómatar og skinku Pogba

HRÁEFNI
- 6 egg
- ½ bolli saxaðir sólþurrkaðir tómatar
- ½ bolli skinka í teningum
- ¼ bolli söxuð fersk basilíka
- Salt og pipar eftir smekk

LEIÐBEININGAR

a) Forhitið ofninn í 350°F (175°C).

b) Í stórri skál, þeytið saman egg, salt og pipar.

c) Hrærið sólþurrkuðum tómötum, skinku og basilíku saman við.

d) Hellið blöndunni í smurt 9 tommu (23 cm) bökuform.

e) Bakið í 20-25 mínútur eða þar til eggin hafa stífnað og toppurinn er gullinbrúnn.

f) Látið kólna í nokkrar mínútur áður en það er skorið í sneiðar og borið fram.

79. Sólþurrkaðir tómatar og sveppir Pogba

HRÁEFNI

- 6 egg
- ½ bolli saxaðir sólþurrkaðir tómatar
- ½ bolli sneiddir sveppir
- ¼ bolli saxuð fersk steinselja
- Salt og pipar eftir smekk

LEIÐBEININGAR

a) Forhitið ofninn í 350°F (175°C).
b) Í stórri skál, þeytið saman egg, salt og pipar.
c) Hrærið sólþurrkuðum tómötum, sveppum og steinselju saman við.
d) Hellið blöndunni í smurt 9 tommu (23 cm) bökuform.
e) Bakið í 20-25 mínútur eða þar til eggin hafa stífnað og toppurinn er gullinbrúnn.
f) Látið kólna í nokkrar mínútur áður en það er skorið í sneiðar og borið fram.

80. Ricotta og spínat Pogba

HRÁEFNI

- 6 stór egg
- ½ bolli ricotta ostur
- ½ bolli saxað ferskt spínat
- ¼ bolli rifinn parmesanostur
- ¼ teskeið salt
- ¼ tsk svartur pipar
- 1 matskeið ólífuolía

LEIÐBEININGAR

a) Forhitið grillið.

b) Þeytið saman egg, ricotta, spínat, parmesanost, salt og pipar í stórri skál.

c) Hitið ólífuolíuna í 10 tommu ofnheldri pönnu yfir meðalhita.

d) Bætið eggjablöndunni út í pönnuna og eldið, hrærið af og til, þar til botninn hefur stífnað og toppurinn er örlítið rennandi, um 5-7 mínútur.

e) Setjið pönnu undir grillið og eldið þar til toppurinn er gullinbrúnn og eggin eru stíf, um 2-3 mínútur.

f) Látið Pogba kólna í nokkrar mínútur, skerið síðan í sneiðar og berið fram heitt eða við stofuhita.

81. Matti and Ostur Breakfast Pogba

Hráefni
- 1 pund soðnar makkarónur
- 8 stór egg, þeytt
- ½ bolli mjólk
- Salt og pipar, eftir smekk
- ¼ bolli rifinn Kedar ostur
- ¼ bolli saxaður grænn laukur

LEIÐBEININGAR

a) Forhitið ofninn í 375°F.

b) Í stórri skál, þeytið saman þeytt egg, mjólk, salt og pipar.

c) Bætið soðnum makkarónum, rifnum Kedar osti og söxuðum grænum lauk í skálina og hrærið saman.

d) Hellið blöndunni í smurt 9 tommu bökuform.

e) Bakið í 25-30 mínútur, eða þar til Pogba er stíft og gullbrúnt.

f) Látið Pogba kólna í nokkrar mínútur áður en hann er skorinn í sneiðar og borinn fram.

82. Chorizo, Kjötbollur og Moringa Pogba

HRÁEFNI:
- 4 egg
- 1/4 bolli mjólk
- rauðar piparflögur
- salt og pipar
- 2 litlar stilkar Moringablöð
- 1 matskeið ólífuolía
- 8 kjötbollur, skornar í fjórða
- 4 chorizos, sneið í 1/2 tommu bita
- 1/8 bolli frosnar grænar baunir

LEIÐBEININGAR:
a) Forhitið ofninn í 160 C.
b) Fjarlægðu Moringa laufin af stilkunum og þvoðu þau undir rennandi vatni.
c) Gakktu úr skugga um að þú fjarlægir blöðin af stilknum
d) Brjótið eggin í skál. Bætið mjólkinni út í. Þeytið þar til allt hefur blandast vel saman. Kryddið með salti, pipar og rauðum piparflögum.
e) Hitið ólífuolíu á pönnu við meðalhita. Bætið chorizonum út í og steikið þar til það er orðið ljósbrúnt og fitan er orðin ljós.
f) Bætið kjötbollunum og grænum baunum saman við. Hrærið til að blanda öllu saman.
g) Hellið eggja-mjólkurblöndunni á pönnuna. Stráið Moringa laufunum yfir.
h) Þegar brúnir eggjakökunnar eru farnir að stífna skaltu taka af hitanum og setja í ofninn. Leyfðu að elda í 10 – 13 mínútur, eða þar til Pogba hefur stífnað alveg í gegn.
i) Takið úr ofninum og berið fram strax.

83. Beikon og kartöflu Pogba

HRÁEFNI:

- 6 stór egg
- 1 bolli soðið og mulið beikon
- 1 bolli niðurskornar kartöflur, soðnar
- 1/4 bolli hægeldaður laukur
- Salt og pipar eftir smekk
- 1 matskeið ólífuolía

LEIÐBEININGAR:

a) Forhitaðu ofninn þinn í 375°F (190°C).
b) Þeytið eggin í skál þar til þau hafa blandast vel saman. Kryddið með salti og pipar.
c) Hitið ólífuolíu í ofnþolinni pönnu yfir miðlungshita.
d) Bætið hægelduðum lauk á pönnuna og steikið þar til hann verður hálfgagnsær.
e) Bætið niðurskornum kartöflum á pönnuna og eldið þar til þær eru ljósbrúnar.
f) Hellið þeyttum eggjunum yfir kartöflurnar og laukinn.
g) Stráið mulnu beikoni jafnt yfir eggin.
h) Eldið á helluborðinu í um 3-4 mínútur eða þar til brúnirnar byrja að stífna.
i) Settu pönnuna yfir í forhitaðan ofn og bakaðu í 12-15 mínútur eða þar til Pogba er stíft og gullbrúnt.
j) Takið úr ofninum, látið kólna í nokkrar mínútur og skerið síðan í sneiðar og berið fram.

84. Tómatar og basilika Pogba

HRÁEFNI:
- 6 stór egg
- 1 bolli kirsuberjatómatar, helmingaðir
- 1/4 bolli söxuð fersk basilíka
- Salt og pipar eftir smekk
- 1 matskeið ólífuolía

LEIÐBEININGAR:
a) Forhitaðu ofninn þinn í 375°F (190°C).
b) Þeytið eggin í skál þar til þau eru þeytt vel. Kryddið með salti og pipar.
c) Hitið ólífuolíu í ofnþolinni pönnu yfir miðlungshita.
d) Bætið kirsuberjatómötum á pönnuna og steikið þar til þeir eru aðeins mjúkir.
e) Hellið þeyttum eggjunum yfir tómatana.
f) Stráið saxaðri basilíku jafnt yfir eggin.
g) Eldið á helluborðinu í um 3-4 mínútur eða þar til brúnirnar byrja að stífna.
h) Settu pönnuna yfir í forhitaðan ofninn og bakaðu í 12-15 mínútur eða þar til Pogba er stíft og léttbrúnt.
i) Takið úr ofninum, látið kólna í nokkrar mínútur og skerið síðan í sneiðar og berið fram.

85. Skinku- og ostaPogba

HRÁEFNI:
- 6 stór egg
- 1 bolli skinka í teningum
- 1/2 bolli rifinn Kedar ostur
- 1/4 bolli hægeldaður laukur
- Salt og pipar eftir smekk
- 1 matskeið smjör

LEIÐBEININGAR:

a) Forhitaðu ofninn þinn í 375°F (190°C).

b) Þeytið eggin í skál þar til þau hafa blandast vel saman. Kryddið með salti og pipar.

c) Hitið smjör í ofnþolinni pönnu yfir miðlungshita.

d) Bætið hægelduðum lauk á pönnuna og steikið þar til hann verður hálfgagnsær.

e) Bætið hægelduðum skinku á pönnuna og eldið þar til það er léttbrúnað.

f) Hellið þeyttum eggjunum yfir skinkuna og laukinn.

g) Stráið rifnum Kedarosti jafnt yfir eggin.

h) Eldið á helluborðinu í um 3-4 mínútur eða þar til brúnirnar byrja að stífna.

i) Settu pönnuna yfir í forhitaðan ofn og bakaðu í 12-15 mínútur eða þar til Pogba er stíft og gullbrúnt.

j) Takið úr ofninum, látið kólna í nokkrar mínútur og skerið síðan í sneiðar og berið fram.

ÁVAXTAPOGBA

86. Jarðarberja- og rjómaostaPogba

HRÁEFNI:

- 1 forgerð bökubotn
- 1 bolli fersk jarðarber, skorin í sneiðar
- 4 oz rjómaostur, mildaður
- 1/2 bolli kornsykur
- 2 stór egg
- 1/2 tsk vanilluþykkni

LEIÐBEININGAR:

a) Forhitaðu ofninn þinn í 350°F (175°C).

b) Setjið tertubotninn í tertuform og raðið sneiðum jarðarberjunum á botninn.

c) Þeytið rjómaostinn í blöndunarskál þar til hann er sléttur. Bætið við sykri, eggjum og vanilluþykkni. Blandið þar til það hefur blandast vel saman.

d) Hellið rjómaostablöndunni yfir jarðarberin.

e) Bakið í 30-35 mínútur eða þar til kexið er stíft og toppurinn er léttbrúnn.

f) Leyfið því að kólna áður en það er borið fram.

87. Bláberja- og sítrónuPogba

HRÁEFNI:
- 1 forgerð bökubotn
- 1 bolli fersk bláber
- Börkur af 1 sítrónu
- 1/2 bolli kornsykur
- 4 stór egg
- 1 bolli þungur rjómi

LEIÐBEININGAR:
a) Forhitaðu ofninn þinn í 350°F (175°C).

b) Setjið bökubotninn í tertuform og stráið bláberjum og sítrónuberki yfir botninn.

c) Í sérstakri skál, þeytið saman sykur, egg og þungan rjóma þar til það er slétt.

d) Hellið blöndunni yfir bláberin.

e) Bakið í 30-35 mínútur eða þar til kexið er stíft.

f) Látið kólna í smá stund áður en það er skorið í sneiðar.

88. Ferskju- og möndluPogba

HRÁEFNI:
- 1 forgerð bökubotn
- 2 þroskaðar ferskjur, skrældar og skornar í sneiðar
- 1/2 bolli sneiðar möndlur
- 1/2 bolli kornsykur
- 3 stór egg
- 1/2 bolli þungur rjómi

LEIÐBEININGAR:
a) Forhitaðu ofninn þinn í 350°F (175°C).

b) Setjið tertubotninn í tertuform og raðið ferskjum í sneiðar á botninn. Stráið möndlunum yfir ferskjurnar.

c) Í sérstakri skál, þeytið saman sykur, egg og þungan rjóma þar til það hefur blandast vel saman.

d) Hellið blöndunni yfir ferskjurnar og möndlurnar.

e) Bakið í 35-40 mínútur eða þar til kexið er stíft og toppurinn er léttbrúnn.

f) Leyfið því að kólna áður en það er borið fram.

89. Hindberja- og hvítsúkkulaðiPogba

HRÁEFNI:
- 1 forgerð bökubotn
- 1 bolli fersk hindber
- 1/2 bolli hvít súkkulaðibitar
- 1/2 bolli kornsykur
- 4 stór egg
- 1/2 bolli þungur rjómi

LEIÐBEININGAR:

a) Forhitaðu ofninn þinn í 350°F (175°C).

b) Setjið tertubotninn í tertuform og stráið hindberjum og hvítum súkkulaðibitum yfir botninn.

c) Í sérstakri skál, þeytið saman sykur, egg og þungan rjóma þar til það hefur blandast vel saman.

d) Hellið blöndunni yfir hindberin og súkkulaðibitana.

e) Bakið í 30-35 mínútur eða þar til kexið er stíft.

f) Látið það kólna áður en það er borið fram.

90. Epli og kanill Pogba

HRÁEFNI:
- 1 forgerð bökubotn
- 2 meðalstór epli, afhýdd, kjarnhreinsuð og skorin í þunnar sneiðar
- 1 tsk malaður kanill
- 1/2 bolli kornsykur
- 4 stór egg
- 1/2 bolli mjólk

LEIÐBEININGAR:
a) Forhitaðu ofninn þinn í 350°F (175°C).
b) Setjið tertubotninn í tertuform og raðið sneiðum eplum á botninn. Stráið möluðum kanil yfir eplin.
c) Í sérstakri skál, þeytið saman sykur, egg og mjólk þar til það hefur blandast vel saman.
d) Hellið blöndunni yfir eplin.
e) Bakið í 35-40 mínútur eða þar til kexið er stíft og toppurinn er léttbrúnn.
f) Leyfið því að kólna áður en það er borið fram.

91. Banana og Nutella Pogba

HRÁEFNI:
- 1 forgerð bökubotn
- 2 þroskaðir bananar, skornir í sneiðar
- 1/4 bolli Nutella
- 1/2 bolli kornsykur
- 4 stór egg
- 1/2 bolli nýmjólk

LEIÐBEININGAR:
a) Forhitaðu ofninn þinn í 350°F (175°C).
b) Setjið tertubotninn í tertuform og raðið bananasneiðunum á botninn.
c) Hitið Nutella í örbylgjuofni í nokkrar sekúndur og dreypið henni yfir bananana.
d) Í sérstakri skál, þeytið saman sykur, egg og mjólk þar til það hefur blandast vel saman.
e) Hellið blöndunni yfir bananana og Nutella.
f) Bakið í 30-35 mínútur eða þar til kexið er stíft.
g) Leyfið því að kólna áður en það er borið fram.

92. Kirsuberja- og möndluPogba

HRÁEFNI:
- 1 forgerð bökubotn
- 1 bolli fersk eða frosin kirsuber, rifin
- 1/2 bolli sneiðar möndlur
- 1/2 bolli kornsykur
- 4 stór egg
- 1/2 bolli þungur rjómi

LEIÐBEININGAR:
a) Forhitaðu ofninn þinn í 350°F (175°C).

b) Setjið tertubotninn í tertuform og dreifið kirsuberjum og möndlum í sneiðar yfir botninn.

c) Í sérstakri skál, þeytið saman sykur, egg og þungan rjóma þar til það hefur blandast vel saman.

d) Hellið blöndunni yfir kirsuberin og möndlurnar.

e) Bakið í 35-40 mínútur eða þar til kexið er stíft og toppurinn er léttbrúnn.

f) Látið það kólna áður en það er skorið í sneiðar.

93. Mangó og Coconut Pogba

HRÁEFNI:

- 1 forgerð bökubotn
- 2 þroskuð mangó, afhýdd og skorin í teninga
- 1/2 bolli rifinn kókos
- 1/2 bolli kornsykur
- 4 stór egg
- 1/2 bolli kókosmjólk

LEIÐBEININGAR:

a) Forhitaðu ofninn þinn í 350°F (175°C).

b) Setjið tertubotninn í tertuform og dreifið sneiðum mangói og rifnum kókos yfir botninn.

c) Í sérstakri skál, þeytið saman sykur, egg og kókosmjólk þar til það hefur blandast vel saman.

d) Hellið blöndunni yfir mangó og kókos.

e) Bakið í 30-35 mínútur eða þar til kexið er stíft.

f) Leyfið því að kólna áður en það er borið fram.

94. Brómber og Lavender Pogba

HRÁEFNI:
- 1 forgerð bökubotn
- 1 bolli fersk brómber
- 1 msk þurrkaðir lavenderknappar
- 1/2 bolli kornsykur
- 4 stór egg
- 1/2 bolli þungur rjómi

LEIÐBEININGAR:

a)   Forhitaðu ofninn þinn í 350°F (175°C).

b)   Setjið tertubotninn í tertuform og dreifið brómberjum og þurrkuðum lavenderknappum yfir botninn.

c)   Í sérstakri skál, þeytið saman sykur, egg og þungan rjóma þar til það hefur blandast vel saman.

d)   Hellið blöndunni yfir brómber og lavender.

e)   Bakið í 35-40 mínútur eða þar til kexið er stíft og toppurinn er léttbrúnn.

f)   Látið það kólna áður en það er skorið í sneiðar.

95. Ananas og makadamíuhnetur

HRÁEFNI:
- 1 forgerð bökubotn
- 1 bolli ferskur ananas í teningum
- 1/2 bolli saxaðar Mattiadamia hnetur
- 1/2 bolli kornsykur
- 4 stór egg
- 1/2 bolli kókosmjólk

LEIÐBEININGAR:

a) Forhitaðu ofninn þinn í 350°F (175°C).

b) Setjið tertubotninn í tertuform og raðið ananas og Mattiadamia hnetum yfir botninn.

c) Í sérstakri skál, þeytið saman sykur, egg og kókosmjólk þar til það hefur blandast vel saman.

d) Hellið blöndunni yfir ananas og hnetur.

e) Bakið í 30-35 mínútur eða þar til kexið er stíft.

f) Leyfið því að kólna áður en það er borið fram.

96. Fíkju- og hunangsPogba

HRÁEFNI:

- 1 forgerð bökubotn
- 1 bolli ferskar fíkjur, helmingaðar
- 1/4 bolli hunang
- 1/2 bolli kornsykur
- 4 stór egg
- 1/2 bolli þungur rjómi

LEIÐBEININGAR:

a) Forhitaðu ofninn þinn í 350°F (175°C).
b) Setjið tertubotninn í tertuform og raðið fíkjuhelmingunum á botninn.
c) Dreypið hunangi yfir fíkjurnar.
d) Í sérstakri skál, þeytið saman sykur, egg og þungan rjóma þar til það hefur blandast vel saman.
e) Hellið blöndunni yfir fíkjurnar og hunangið.
f) Bakið í 30-35 mínútur eða þar til kexið er stíft.
g) Leyfið því að kólna áður en það er borið fram.

97. Kiwi og Lime Pogba

HRÁEFNI:
- 1 forgerð bökubotn
- 2 þroskuð kíví, afhýdd og skorin í sneiðar
- Börkur og safi úr 1 lime
- 1/2 bolli kornsykur
- 4 stór egg
- 1/2 bolli nýmjólk

LEIÐBEININGAR:
a) Forhitaðu ofninn þinn í 350°F (175°C).
b) Setjið tertubotninn í tertuform og raðið kiwi sneiðunum á botninn.
c) Stráið lime-safanum yfir og dreypið limesafanum yfir kiwi.
d) Í sérstakri skál, þeytið saman sykur, egg og mjólk þar til það hefur blandast vel saman.
e) Hellið blöndunni yfir kíví og lime.
f) Bakið í 30-35 mínútur eða þar til kexið er stíft.
g) Leyfið því að kólna áður en það er borið fram.

98. Vatnsmelóna og feta Pogba

HRÁEFNI:
- 1 forgerð bökubotn
- 2 bollar fersk vatnsmelóna í teninga
- 1/2 bolli mulinn fetaostur
- 1/2 bolli kornsykur
- 4 stór egg
- 1/2 bolli þungur rjómi

LEIÐBEININGAR:

a) Forhitaðu ofninn þinn í 350°F (175°C).

b) Setjið tertubotninn í tertuform og dreifið vatnsmelónu og fetaosti yfir botninn.

c) Í sérstakri skál, þeytið saman sykur, egg og þungan rjóma þar til það hefur blandast vel saman.

d) Hellið blöndunni yfir vatnsmelónuna og fetaostinn.

e) Bakið í 30-35 mínútur eða þar til kexið er stíft.

f) Leyfið því að kólna áður en það er borið fram.

99. Peru og Gorgonzola Pogba

HRÁEFNI:
- 1 forgerð bökubotn
- 2 þroskaðar perur, skrældar og skornar í sneiðar
- 1/2 bolli mulinn Gorgonzola ostur
- 1/2 bolli kornsykur
- 4 stór egg
- 1/2 bolli nýmjólk

LEIÐBEININGAR:

a) Forhitaðu ofninn þinn í 350°F (175°C).

b) Setjið tertubotninn í tertuform og raðið perusneiðunum á botninn. Stráið Gorgonzola ostinum yfir perurnar.

c) Í sérstakri skál, þeytið saman sykur, egg og mjólk þar til það hefur blandast vel saman.

d) Hellið blöndunni yfir perurnar og ostinn.

e) Bakið í 30-35 mínútur eða þar til kexið er stíft.

f) Leyfið því að kólna áður en það er borið fram.

100. Ástríðuávaxta- og kókoshnetu Pogba

HRÁEFNI:
- 1 forgerð bökubotn
- 1/2 bolli ástríðukvoða
- 1/2 bolli rifinn kókos
- 1/2 bolli kornsykur
- 4 stór egg
- 1/2 bolli kókosmjólk

LEIÐBEININGAR:

a) Forhitaðu ofninn þinn í 350°F (175°C).

b) Setjið tertubotninn í tertuform og stráið ástríðukvoða og rifnum kókos yfir botninn.

c) Í sérstakri skál, þeytið saman sykur, egg og kókosmjólk þar til það hefur blandast vel saman.

d) Hellið blöndunni yfir ástríðuávextina og kókoshnetuna.

e) Bakið í 30-35 mínútur eða þar til kexið er stíft.

f) Leyfið því að kólna áður en það er borið fram.

NIÐURSTAÐA

Þegar við ljúkum ferð okkar í gegnum „Að ná tökum á listinni að búa til kökur" vonum við að þú hafir ekki aðeins lært leyndarmál kökugerðarinnar heldur einnig þróað djúpt þakklæti fyrir matargerðarlistina á bak við þessa fjölhæfu rétti. Hollusta þín og sköpunarkraftur í eldhúsinu hefur gert þér kleift að umbreyta grunnhráefnum í bragðmiklar og sætar kökur sem töfra skilningarvitin og gleðja góminn.

Við hvetjum þig til að halda áfram ævintýrum þínum að búa til kökur, gera tilraunir með nýjar bragðtegundir, hráefni og kynningar. Deildu sköpun þinni með ástvinum þínum og njóttu brosanna sem kökurnar þínar koma upp á andlit þeirra.

Þakka þér fyrir að vera með okkur í þessari matargerðarferð. Með þekkingu og færni sem þú hefur öðlast, ertu nú í stakk búinn til að leggja af stað í ævilangt ferðalag um Pogba-meistarann. Við treystum því að þú haldir áfram að búa til ómótstæðilegar kökur sem gleðja borðið þitt og borð þeirra sem þú elskar. Gleðilega kökugerð!

www.ingramcontent.com/pod-product-compliance
Lightning Source LLC
Chambersburg PA
CBHW050148130526
44591CB00033B/1106